கல்விச் சிந்தனைகள்

மகாத்மா காந்தி

## கல்விச் சிந்தனைகள்

# மகாத்மா காந்தி

தொகுப்பு

**அ.அண்ணாமலை**

காந்தி கல்வி நிலையம், சென்னை

இந்திய மாணவர் சங்கத்துடன்

*இணைந்து*

BOOKS FOR CHILDREN

**KALVI CHINDANAIGAL MAHATHMA GANDHI (in Tamil)**

**Compiled by A. Annamalai**

First Published: 2008 | Fifth Print: May, 2023

**Published by**

**BHARATHI PUTHAKALAYAM**

7, Elango Salai, Teynampet, Chennai - 600 018
Email: bharathiputhakalayam@gmail.com | www.thamizhbooks.com

**கல்விச் சிந்தனைகள்: மகாத்மா காந்தி**

**தொகுப்பு: அ. அண்ணாமலை**

முதல் பதிப்பு: 2008 | ஐந்தாம் அச்சு: மே, 2023

**வெளியீடு:**

BOOKS FOR CHILDREN

**புக்ஸ் ஃபார் சில்ரன்** பாரதி புத்தகாலயத்தின் ஓர் அங்கம்
7, இளங்கோ சாலை, தேனாம்பேட்டை, சென்னை - 600 018.
தொலைபேசி : 044 24332424, 24330024 விற்பனை: 24332924

**விற்பனை உரிமை**

7, இளங்கோ சாலை, தேனாம்பேட்டை, சென்னை 600 018

பாரதி புத்தகாலயம்

**விற்பனை நிலையங்கள்**

**அருப்புக்கோட்டை:** கதவுஎண் 49 A/4 மெயின் ரோடு, தெற்கு தெரு - 9994173551
**ஈரோடு:** 39: 39 ஸ்டேட் பாங்க் சாலை - 9245448353
**கரூர்:** நாரத கானசபா அருகில் (TNGEA OFFICE)- 9442706676
**காரைக்குடி :** 12, 2 வது தெரு, கம்பன் மணிமண்டபம் பின்புறம் - 9443406150
**கும்பகோணம்:** 352, ரயில் நிலையம் எதிரில் - 9443995061
**குன்னூர்:** N.K.N வணிக வளாகம் பெட்போர்ட்
**கோவை:** 77, மசக்காளிபாளையம் ரோடு, பீளமேடு - 8903707294
**சிதம்பரம்:** 22A / 18B தேரடி கடைத் தெரு, கீழவீதி அருகில் - 9994399347
**செங்கல்பட்டு:** 1 D ஜி.எஸ்.டி சாலை - 044 27426964 | **சேலம்:** 15, வித்யாலயா சாலை சாலை
**தஞ்சாவூர்:** காந்திஜி வணிக வளாகம் காந்திஜி சாலை - 9655542400
**திண்டுக்கல்:** பேருந்து நிலையம் - 9942331105, 9976053719
**திருச்சி:** வெண்மணி இல்லம், கரூர் புறவழிச்சாலை - 9994289492
**திருநெல்வேலி:** 25A, ராஜேந்திரநகர் - 9442149981 | **திருப்பூர்:** 447, அவினாசி சாலை - 9486105018
**திருவண்ணாமலை:** முத்தம்மாள் நகர் | **திருவல்லிக்கேணி:** 48, தேரடி தெரு - 9444428358
**திருவாரூர்:** 35, நேதாஜி சாலை - 9442540543
**நாகர்கோவில்:** 699 கே.பி.ரோடு R.V.புரம் - 9443450111
**நெய்வேலி:** பேருந்து நிலையம் அருகில், - 9443659147
**பழனி:** பேருந்து நிலையம் அருகில் - 7010760693
**பாண்டிச்சேரி :** கிழக்கு கடற்கரைச்சாலை, இலாசுப்பேட்டை, 9486102777
**பெரம்பூர்:** 52, கூக்ஸ் ரோடு - 9444373716 | **மதுரை:** சர்வோதயா மெயின்ரோடு
**மதுரை:** 37A, பெரியார் பேருந்து நிலையம் - 045 22324674
**வடபழனி:** பேருந்து நிலையம் எதிரில் அடையார் ஆனந்தபவன் மாடியில் - 9444476967
**விருதுநகர்:** 131, கச்சேரி சாலை - 0456 2245300 | **வேலூர்:** பேஸ் III, சத்துவாச்சாரி - 9442553893

நினைத்த நூல்கள்... நினைத்த நேரத்தில்...

thamizhbooks.com

BharathiTV | www.bookday.in

8778074939

அச்சு : பிரிண்டெக், சென்னை 600 005.

# பொருளடக்கம்

# அறிமுக உரை

உலகை உலுக்கிய குடந்தைப் பள்ளி தீ விபத்தும், அதில் 94 மாணவர்கள் கருகி உயிர் இழந்ததும் நம் கல்வி முறையின் அவலங்களையும் தோல்விகளையும் வெளிச்சம் போட்டுக் காண பித்தது. இதற்கான காரணங்களைக் கடந்த இருபது ஆண்டுகளாக ஆட்சியாளர்கள் கல்வித்துறையில் அமல்படுத்தி வரும் தாராளமய மாக்கல் கொள்கையோடு இணைத்துப் பார்க்க வேண்டி உள்ளது.

நெஞ்சை உறையச் செய்த குடந்தை கொடூர நிகழ்வுகளுக்கு முன்பும் - பின்பும் இந்திய மாணவர் சங்கம் கல்வித்துறையில் மாற்றம் கோரி நடத்திய போராட்டங்கள் பல. அதிலும் சமச்சீர் கல்வி முறையைத் தமிழகத்தில் அமல்படுத்தக் கோரி நடைபெற்று வரும் இயக்கங்கள் முக்கியமானவை.

விடுதலைப் போராட்ட வீரர்கள், சமூக சீர்திருத்தப் போராளிகள் மற்றும் ஜனநாயக அமைப்புகள் நடத்திய இயக்கங்களின் விளைவாக இன்று கல்வி பெறுவோரின் எண்ணிக்கை அதிகரித்துக் கொண்டே வருகிறது. இது நமக்கு உளப்பூர்வமான மகிழ்ச்சியை அளிக்கிறது. ஆனால் கல்வித்துறையின் ஜனநாயகமற்ற தன்மை, வசதியுள் ளோர்க்கு மட்டுமே தரமான கல்வி, சமூகத்தின் மீது அக்கறை வளர்க்காத கல்வி முறை மற்றும் சாதிய ஒடுக்குமுறைகள் போன்றவை இன்றைய சமூகம் எதிர் நோக்க வேண்டிய பிரச்சனைகளாக உருவெடுத்துள்ளது. இப்பிரச்சனைகளை எதிர்கொள்ளவும் மாற்றம் காணவும் நம்மில் பலர் விரும்புகின்றோம். ஆனால் அதை எப்படிச் செய்வது?

இதுகுறித்துச் சிந்தித்த சிந்தனையாளர்களின் கருத்துகள் என்ன? என்ற கேள்விகள் இயல்பாகவே நம்மிடம் எழும்புகின்றன.

இக்கேள்விகளுக்கு விடை தேடுவதற்கு உதவும் வகையிலும் மாற்றுக்கல்வி குறித்து ஒரு பன்முகப்பட்ட பார்வையையும் விவாதங் களையும் தமிழ்ச் சமூகத்தில் உருவாக்கும் நோக்கோடு கல்வி குறித்து 25 புத்தகங்களை அன்னைத்தமிழில் பாரதி புத்தகாலயத் துடன் இணைந்து வெளியிடுகிறது இந்திய மாணவர் சங்கம்.

புதிய விடியலுக்கான பாதை புத்தகங்களிலிருந்தும், கல்வியிலிருந்துமே நிகழும் என்பதை வெளிப்படுத்தும் வண்ணமாக,

'புத்தகங்களுடன் புத்தாண்டுக் கொண்டாட்டம் 2008' என்னும்
நிகழ்ச்சியில் புத்தகங்கள் வெளியிடப்பட்டுள்ளன.
குறுகிய காலத்தில் இப்புத்தகங்களை எழுதிய
நூலாசிரியர்கள், மொழியாக்கம் மற்றும் தொகுப்புப்
பணியில் ஈடுபட்ட எழுத்தாளர்களுக்குத் தமிழ்
சமூகம் கடமைப்பட்டுள்ளது.

இந்நூல்கள் வெளிவருவதற்கு உதவிய ஆசிரியர் அமைப்புகள் மற்றும் தொழிற்சங்க அமைப்புகளுக்குத் தோழமை கலந்த நன்றிகள்.

அன்புடன்
**ஜி.செல்வா**
மாநிலச்செயலாளர்
இந்திய மாணவர் சங்கம்

# காந்தியின் வகுப்பறை

ச. மாடசாமி

**கா**ந்தி போற்றிய சிந்தனையாளர்களில் ஒருவர் டால்ஸ்டாய். டால்ஸ்டாயில் இருந்து தொடங்கலாம்.

தரம், ஒழுக்கம் - என்ற இரட்டை முழக்கங்கள் பள்ளி அமைப்புகளின் அஸ்திவாரங்கள். ராணுவக் கட்டுப்பாடு, நிறுவன விதிகள், பாடப்புத்தகச் சுமை, பயம் உண்டாக்கும் தேர்வுகள், பரிசு தண்டனை ரேங்க் வழங்கி மாணவரைத் தரம் பிரித்தல், மாணவர்களின் பன்முகங்களை அழித்துப் பள்ளிக்குப் பொருந்தக் கூடிய ஒற்றை முகத்தைப் பிசைந்து வடித்தல்... எனப் பள்ளிகள் குழந்தைகள் மீது செலுத்திய அதிகாரங்களுக்கு எந்தக் கட்டுப்பாடும் இன்றி சமூகம் முழுச் சம்மதம் தந்து வந்தது. சின்ன முணுமுணுப்பு கூட இல்லை. காலம் காத்திருந்தது.

பள்ளிக் கல்வி குறித்த எதிர்ப் பேச்சுகள் 19ஆம் நூற்றாண்டில் எழுந்தன. பேசியவர்களுள் குறிப்பிடத்தகுந்தவர் டால்ஸ்டாய்.

தரம், ஒழுக்கம் என்ற அதிகாரப் பேச்சுக்கு மாற்றாக, "குழந்தைகளின் சுதந்திரம், குழந்தைகளின் கற்பனைத் திறன்" என்ற இசைக்குரல் டால்ஸ்டாயிடம் இருந்து கேட்டது. 'மாணவர்களுக்குக் கற்பித்தல்' (Instruction) என்ற சர்வமொழியை மறுத்து, 'மாணவர்களோடு உரையாடல்' (dialogue) என்ற சமூக மொழியை முதல்முதலாக அறிமுகப்படுத்தினார் டால்ஸ்டாய். அவர், கல்வியின் அடித்தளம் அனுபவம் என்றார். கற்பதற்கான வழி சுதந்திரம் என்றார். அந்தக் காலத்தில் இந்த வார்த்தைகள் பரிகாசத்துக்குரியவை ஆயின.

விவசாயி வீட்டுக் குழந்தைகளுக்காகத் தாமே ஒரு பள்ளி தொடங்கி நடத்தினார் டால்ஸ்டாய். தொடங்கிய ஆண்டு 1859. மாஸ்கோவில் இருந்து 130 மைல்கள் தள்ளி அந்தப் பள்ளி இருந்தது.

அந்தப் பள்ளியின் முதல் மாணவர் எழுதுகிறார்: "முதல் நாள் 22 மாணவர்கள் பள்ளிக்கு வந்தோம். பள்ளி தந்த சுதந்திரத்

தால் நாங்கள் அடைந்த உவகைக்கும் பரவசத்துக்கும் அளவே இல்லை. பள்ளி விட்டு வீடு திரும்புகையில் ஒவ்வொரு ஆசிரியரிடமும் “போயிட்டு வரோம் சார்! போயிட்டு வரோம் சார்!” என்று பிரியத்தோடு பேசி விடை பெற்றோம். மூன்றே மாதங்களில் எங்கள் பள்ளி மாணவர்களின் எண்ணிக்கை 22இல் இருந்து 70 ஆனது.”

‘கற்பிக்கிறோம்’ என்ற அகந்தையின்றி பள்ளி வளர்ந்தது. “விவசாயி வீட்டுப் பிள்ளைகளுக்கு நாம் கற்பிக்கிறோமா? விவசாயி வீட்டுப் பிள்ளைகளிடமிருந்து நாம் கற்றுக் கொள்கிறோமா?” என்ற புகழ்பெற்ற கட்டுரையை டால்ஸ்டாய் அத்தருணத்தில் எழுதினார். கல்வி குறித்த டால்ஸ்டாயின் கட்டுரைகளை ஜார் அரசின் கல்வித்துறை ‘தீங்கானவை’ (harmful) என்று வர்ணித்தது.

சுதந்திரப் பள்ளிகளின் (Freedom Schools) தவிர்க்க முடியாத ஆரம்பப் பிரச்சினை டால்ஸ்டாய் பள்ளியிலும் இருந்தது. சுதந்திரம் என்பதைத் தன் சுதந்திரம் என்று பொருள் கொள்ளாமல் அடுத்தவர் சுதந்திரத்தில் தலையிடுவது என்று பொருள் கொள்ளும் போக்குதான் அது. வலுத்த மாணவர்கள் அடிதடிகளில் இறங்கி குழப்பம் உண்டாக்குவர்.

இதை எப்படி டால்ஸ்டாய் எதிர்கொண்டார்? தொல்லை கொடுக்கும் மாணவர்களை ஆணையிட்டுக் கட்டுப்படுத்தவோ, எச்சரிக்கவோ, தண்டனை தரவோ டால்ஸ்டாய் விரும்பவில்லை. பரிசு தரவும், தண்டனை தரவும் தானே ‘அதிகாரி’ என்று டால்ஸ் டாய் கருதவில்லை. வகுப்புதான் கூடி முடிவெடுக்கும். முடிவு ஒருபோதும் கடுமையாக இருந்ததில்லை. முரட்டுத்தனங்கள் குறைந்து மாணவர்கள் இசைவுடன் கூடிவாழும் போக்கு நாளுக்கு நாள் அதிகரித்தது. பெற்றோர்கள் பெருமை கொண்டார்கள். மிகக்குறைந்த காலத்திலேயே 150 மாணவர்கள் பள்ளியில் சேர்ந்தனர்.

ஜார் அரசு இந்த வளர்ச்சியை அனுமதிக்கவில்லை. ஜார் மன்னருக்கு எதிரான சதி என்று டால்ஸ்டாய் பள்ளி மீது குற்றம் சுமத்தப்பட்டது. டால்ஸ்டாயின் வீடும் பள்ளியும் சோதனையிட்டு நாசம் செய்யப்பட்டன. தொடங்கிய இரண்டரை ஆண்டுகளில் பள்ளி மூடப்பட்டது.

கனவுகள் தகர்ந்து போன மன அழுத்தத்துடன் டால்ஸ்டாய் ‘போரும் அமைதியும்’ நாவல் எழுத அமர்ந்தார்.

## 2

காந்தி தம் வாழ்நாளில் மிகக் குறைவான சந்தர்ப்பங்களில் தான் மிகக் கடுமையான வார்த்தைகளைப் பயன்படுத்தியுள்ளார். பள்ளி கல்லூரிகளைப் பற்றி 'அடிமைக் கோட்டைகள்' என அவர் விமர்சிப்பது அப்படியொரு சந்தர்ப்பம் (1920, இந்தியா).

டால்ஸ்டாய் போலப் பள்ளி நடத்திய அனுபவம் காந்திக்கு இல்லை. தென்னாப்பிரிக்காவில் அவர் உருவாக்கிய டால்ஸ்டாய் பண்ணையில் ஆசிரியராக இருந்து பாடம் நடத்திய அனுபவம் காந்திக்கு இருந்தது (1911-12). தென்னாப்பிரிக்கத் தமிழ்க் குழந்தைகளுக்கு அவர் தமிழ் கற்பித்தார் என்பது நாம் பெருமை கொள்ள வேண்டிய துணைச் செய்தி. அதற்காக ஜி.யு. போப் எழுதிய நூலை அவர் வாசித்திருந்தார்.

காந்தியின் சிந்தனைகளை ஒரு குறிப்பிட்ட திசைக்குக் கொண்டு வந்து சேர்த்த பெருமை ரஸ்கின் எழுதிய "Unto this Last" என்ற நூலுக்கு உண்டு. அப்புத்தகத்தில் இருந்து தாம் எடுத்துக்கொண்ட சாராம்சமான மூன்று கருத்துக்கள் பற்றி காந்தி குறிப்பிடுகிறார். அவற்றில் இரண்டு கருத்துக்கள் உடல் உழைப்பு சம்பந்தப் பட்டவை.

❖ வக்கீலின் உழைப்பும் நாவிதரின் உழைப்பும் ஒரே பெறுமானம் உள்ளவைதான். (உழைப்பில் உயர்வு தாழ்வு கிடையாது).

❖ உடல் உழைத்து வாழும் வாழ்க்கையே - அதாவது ஒரு விவசாயி அல்லது தொழிலாளியின் வாழ்க்கையே - மேன்மையானது.

கல்விக் கூடங்களோடு காந்தி கொண்ட முதல் முரண்பாடு உடல் உழைப்பைவிட அங்கு 'அறிவு' மேன்மை பெறுவது குறித்து தான்.

'உடல் உழைப்போடு கூடிய கல்வி' என்பதே அவர் லட்சியமாக இருந்தது. டால்ஸ்டாய் பண்ணையிலும் அவர் அதையே நடைமுறைப்படுத்தினார்.

புத்தகக் கல்வியோடு செருப்பு தைத்தல், தச்சு வேலை போன்ற தொழில்களும் மாணவர்களுக்குக் கற்றுத் தரப்பட்டன.

கக்கூஸ் கழுவுவது அங்கு ஒவ்வொருவரின் கடமை. தனிப் பட்டவரின் பொறுப்பு அல்ல. பண்ணை மாணவர்கள் அனைவரும் சமையல் செய்யக் கற்றிருந்தார்கள். தோட்ட வேலையும், தேகப் பயிற்சியும் தினசரிப் பாடத்திட்டத்தில் இருந்தன.

"ஆசிரியர்கள் செய்யாத எந்த வேலையையும் பிள்ளைகளைச் செய்யச் சொல்லி வற்புறுத்தக் கூடாது" என்று பண்ணையில்

விதி இருந்தது. ஆசிரியர்கள் செருப்பு தைத்தார்கள்; கக்கூஸ் அலசினார்கள்; சமையல் செய்தார்கள்; விறகு வெட்டினார்கள்; பிள்ளைகளும் அவர்களுடன் சேர்ந்து கொண்டார்கள்.

ஆசிரியர், மாணவர் என மொத்த வகுப்பறையும் பாடப் புத்தகத்துக்கு அடிமையாக இருப்பதையும் ஏறக்குறைய நூறு ஆண்டுகளுக்கு முன்பே காந்தி விமர்சனம் செய்தார். "குறைவான புத்தகம், சிறந்த கல்வி" என்பது காந்தியின் கோட்பாடாக இருந்தது.

"பாடப் புத்தகங்கள் அவசியமாக எனக்குப் படவே இல்லை. கிடைத்த புத்தகங்களைக்கூட நான் அதிகமாய்ப் பயன்படுத்தியதாய் ஞாபகம் இல்லை... நான் படித்த காலத்தில் என் ஆசிரியர்கள் புத்தகங்களில் இருந்து கற்பித்தது எதுவும் எனக்கு ஞாபகம் இல்லை. ஆனால், தனியாக அவர்கள் கற்பித்தவை எல்லாம் தெளிவாக என் ஞாபகத்தில் இருக்கின்றன" என்கிறார் காந்தி.

மிரட்டியும் தண்டித்தும் உருவாக்கும் வகுப்பறை ஒழுங்கையும் காந்தி வெறுத்தார். டால்ஸ்டாய் பண்ணையில் நடந்த பின்வரும் சம்பவத்தை காந்தி நேர்மையுடன் ஆராய்ந்து பார்க்கிறார்.

"ஒரு மாணவன் முரடனாகவும், பொய் சொல்பவனாகவும், சண்டை செய்பவனாகவும் இருந்தான். ஒருநாள் மிக மோசமாக அவன் நடந்து கொண்டான். நான் இதுவரை ஒரு மாணவனையும் தண்டித்ததில்லை. இந்த முறை என்னால் ஆத்திரத்தைக் கட்டுப்படுத்த முடியவில்லை. அவனோடு பேசிச் சரிசெய்யப் பார்த்தேன். அவன் காதில் வாங்கவில்லை. மீறி மீறிப் பேசினான். பக்கத்தில் இருந்த ரூல்தடியை எடுத்து அவன் தோளில் ஒரு அடி அடித்து விட்டேன். அவனை அடிக்கும்போது என் உடம்பு நடுநடுங்கிவிட்டது. அவனும் அதைப் பார்த்தான். டால்ஸ்டாய் பண்ணை மாணவர்களுக்கு இது புது அனுபவம் ஆகும். அடி பட்ட மாணவன் சத்தம் போட்டு அழுதான். தன்னை மன்னிக்கும் படி கெஞ்சினான். அடி வலித்ததால் அவன் அழவில்லை. அவன் பதினேழு வயது நிரம்பிய திடகாத்திரமான வாலிபன். அவன் நினைத்திருந்தால் திரும்ப என்னை அடித்திருக்க முடியும். அடிப்பதன் மூலம் நான் பெற்ற வலியையும் உணர்ந்ததால் அவன் அழுதான். இந்த நிகழ்ச்சிக்குப் பிறகு அவன் என் சொல்லை மீறி நடக்கவில்லை. அவன் அந்த நிகழ்ச்சியை மறந்தும் விட்டான். ஆனால் அவன் மீது கையாண்ட வன்முறை குறித்து இன்று வரை நான் வருந்துகிறேன்.

## 3

மாணவன் தான் வசிக்கும் சூழலை விட்டு விலகித் தனித்துப் போகாத கல்வி; உடல் உழைப்போடு கூடிய கல்வி; புத்தகச் சுமையற்ற கல்வி; குழுவாய் இணைந்து கற்கும் கல்வி; செயல் பாடுகள் நிறைந்த கல்வி; கைத்தொழில்கள் பயிற்றுவிக்கும் கல்வி; மாணவர்களின் பன்முகத் திறன்களுக்கு வாய்ப்பளிக்கும் கல்வி எனக் கல்வி குறித்து காந்தி தெரிவித்த கருத்துக்களில் 'உண் மையும் முற்போக்குத் தன்மையும்' மிளிர்வதை இன்றைய கல்விச் சிந்தனையாளர்கள் காண்கிறார்கள்; ஒப்புக் கொள்கிறார்கள்.

பெரியகுளம் வி.எம். போர்டு பள்ளியில் நான் கழித்த என் பள்ளிப் பருவத்தை (சுமார் ஐம்பதாண்டுகளுக்கு முன்) நினைத்துப் பார்க்கிறேன். வயல் வேலை, கண்மாய் வேலை எனச் சில பொது வேலைகளில் மாணவர்கள் அனைவரும் வருடத்தில் சில நாட்களில் ஈடுபடுத்தப்படுவார்கள். ஒவ்வோர் உயர்நிலைப் பள்ளியிலும் ஒரு கைத்தொழில் ஆசிரியர் (Craft Teacher) இருப்பார். எங்களுக்கு இருந்த ஆசிரியர் நெசவு கற்றுத் தந்தார். அவரை நன்றாக நினைவு இருக்கிறது. ஏனெனில், அவர் மட்டுமே வகுப்பில் பொது விசயங்கள் பேசுவார். அக்காலத்தில் நாங்கள் சந்தித்த முதல் தி.மு.க ஆதரவு ஆசிரியர் அவர்.

ஐம்பதாண்டுகளுக்கு முன்பே உடலுழைப்பும் கைத்தொழிலும் அடையாளத்துக்கும் பேருக்கும் மட்டுமே இருந்தன. படிப்படி யாக அவற்றின் இடம் பறிபோனது. உடல் உழைப்பைத் தாழ் வானதாகக் கருதியவர்களே கல்வியைத் தீர்மானிப்பவர்களாக நாளுக்கு நாள் பலம்பெற்று வந்தார்கள்.

ஏழை, பணக்காரன் என்ற வித்தியாசமின்றி எல்லா மாணவர் களும் ஒரே பள்ளியில் படிப்பது, சாதி வித்தியாசமின்றி எல்லா மாணவர்களும் எல்லா வேலைகளிலும் பயிற்சி பெறுவது ஆகிய முயற்சிகளின் மூலம் இந்திய சமூகத்தில் வேரூன்றிக் கிடக்கும் சாதி வேற்றுமை, தீண்டாமை போன்ற அநீதிகளைக் களையமுடி யும் என்று காந்தி நம்பினார்.

இது ஒருவேளை அப்பாவித்தனமான நம்பிக்கையாகக்கூட இருக்கலாம். கனவு காண்பவர்கள் அப்பாவிகளாகவும், கனவு களை விமர்சனம் செய்பவர்கள் புத்திசாலிகளாகவும் தோற்றம் பெற்றிருப்பது நாம் அறிந்ததுதானே!

காந்தி கொள்கைகளுக்கு எதிரான விமர்சனத்தில் நவீனத்துவ மும் வர்ணாசிரமமும் இணைந்து கொண்டன. "பள்ளிக்கூடங்கள் குழந்தைத் தொழிலாளிகளின் தொழிற்சாலைகள் ஆகிப்போகும்"

என்று நவீனத்துவம் விமர்சிக்க, வேலைப் பிரிவினைகளை அகற்றி எல்லோரும் எல்லா வேலைகளையும் பார்ப்பது தர்ம விரோதம்" என வர்ணாசிரமம் கருவியது.

நேரு வலியுறுத்திய 'விஞ்ஞானக் கல்வி'யும் காந்தி கொள்கைகளைத் தீர்த்துக்கட்ட வசதியாயிற்று. விஞ்ஞானமும் கைத்தொழிலும் ஒன்றுகூட முடியாத எதிரிகளா? ஒன்றைத் தள்ளி விட்டுத்தான் இன்னொன்று மேடையேற முடியுமா?

"பள்ளிக்கொரு மைக்ராஸ்கோப்" என்ற கனவை நேரு முன்வைத்தார். யாரையும் ஈர்க்கக்கூடிய கனவு. கனவு நிறை வேறிற்றா? பல ஆயிரம் கிராமப் பள்ளிகளுக்கு இன்றும் கூரையே இல்லை. மைக்ராஸ்கோப்புக்கு எங்கே போவது? மைக்ராஸ்கோப் உள்ள பள்ளிகளிலும் அவற்றைத் தொட்டு உபயோகித்துச் சிந்திக்க மாணவர்களுக்கு அனுமதி இல்லை. விஞ்ஞானம் வெறும் பாடமாகவும் மோகமாகவும் மட்டும் நிலைத்திருக்கிறது. இந்த மோகம் மேல்தட்டுப் பொருளாகி (elite schools) வியாபாரப் பொருளாகிவிட்டது. காந்தியை முதலில் கழித்தாச்சு! நேருவைப் பிறகு ஏமாற்றியாச்சு.

கல்வியில் உடலுழைப்புக்கு அதிக அழுத்தம் தந்த மற்றொரு சிந்தனையாளர் மாவோ. இன்று சீனப்பள்ளிகளில் உடலுழைப் புக்கான முக்கியத்துவம் சரிந்து கொண்டிருப்பதாகவே கல்வியா ளர்கள் கருதுகிறார்கள். பள்ளிக்கூடங்களில் கம்ப்யூட்டரை விட வேறு எது பெரிசு?...

தேசப் பெரியோர்களைக் கொண்டாடும் மரபு எல்லா நாடுகளிலும் இருக்கிறது. பெயர்களைக் கொண்டாடி, சிந்தனை களை ஒதுக்கி விடுவதுதான் அந்த மரபின் உள்ளடக்காக இருக்கிறது.

பயன்பட்ட நூல்கள்

1. சத்தியசோதனை, ஸ்ரீமகள் கம்பெனி வெளியீடு, 1957
2. Krishnakumar, What is worth Teaching, Orient Longman, 2004

# கற்பதும் கற்பிப்பதும் இனிமையான அனுபவமாய் இருக்க வேண்டும்

கல்வி, பணம் கொடுக்கும் என்று நம்பினார்கள்; உண்மையில் இன்று அந்தக் கல்விதான் பணத்தை அள்ளி அள்ளிக் கொடுக்கிறது. போட்ட முதலீட்டிற்கு அதிக வருவாய் ஈட்டித்தரவல்லது கல்வி மட்டும்தான். ஆகவே பணம் அதிகம் கொடுத்து கற்ற கல்வியின் பலனாக இன்னும் அதிகமாகப் பணம் பண்ணுவது எப்படி என்பது தான் இன்றைய திட்டத்தின் முதன்மை நோக்கமாக இருக்கிறது.

மெக்காலே என்பவர்தான் இந்தக் கல்வித்திட்டத்தை இந்தியர்கள் மீது திணித்து, எழுத்தர்களை உருவாக்கும் கல்வி முறையை இந்தியாவில் துவக்கி வைத்தார். ஆனால் நாம் என்ன சாதாரணமானவர்களா? அவரையும் விஞ்சும் அளவிற்குப் பட்டம் மட்டும் பெறும் அற்புதத்திட்டத்தைத் தற்போது அமல்படுத்தி வருகிறோம். மெக்காலே எழுத்தர்களை உருவாக்கும் திட்டத்தைக் கொடுத்தார் என்றால், இன்று நாம் அதற்கும் தகுதியில்லாத, அடுத் தவர்களைச் சார்ந்து அண்டிப் பிழைக்கும் ஒட்டுண்ணிகளையல்லவா உருவாக்கி வருகிறோம்.

இந்தக் கல்விச் சூழலில்தான் காந்தியடிகளின் தற்சார்புக்கல்வி - தன் காலிலேயே நிற்க உதவும் - கல்வியைப் பற்றிச் சிந்திக்க வேண்டி யுள்ளது. அந்தந்தப் பள்ளியோ கல்லூரியோகூடத் தற்சார்போடு விளங்க வேண்டும். அதுவும் ஒரு வகையில் சுயநிதிக்கல்லூரிதான். ஆனால் அந்த நிதி ஆதாரத்தை யாரோ ஒரு சிலர் கொடுக்க மாட்டார்கள். மாறாக, அந்தப் பள்ளியில் படிக்கும் மாணவர்களின் உழைப்பு கொடுக்கும். 'கல்விச்செல்வம்' என்ற திருவள்ளுவரின் கூற்றை நாம் சற்றுத் தவறாகப் புரிந்து கொண்டு கல்வியை மிக முக்கியமான வியாபாரப் பொருளாக்கிவிட்டோம். காந்தியடிகளின் கல்வி 'சேவை' சார்ந்தது. கல்விச்சேவைதான் மிக உன்னதமான சேவையாகப் போற்றப்பெற்றது.

காந்தியடிகள் கல்வியைப் பற்றி அதிகம் கவலைப்பட ஆரம்பித்தது பீனிக்ஸ் குடியிருப்பில்தான். தென்னாப்பிரிக்காவில் காந்தியடிகளின் முதல் பயிற்சிக்களம் அவரால் ஆரம்பிக்கப்பட்ட பீனிக்ஸ் பண்ணை

என்னும் கூட்டுக்குடியிருப்பு. காந்தியடிகள் பல குடும்பத்தாரோடு அங்கு இணைந்து வாழ முயற்சித்தார். அப்பொழுதுதான் முதன் முதலாகக் கல்வி பற்றிய சிந்தனைகள் அவரை ஆட்கொண்டன. தன் குழந்தைகளையும் பள்ளிக்கு அனுப்பாமல் பீனிக்ஸ் குடியிருப்பிலேயே தாங்கள் வேலை செய்யும் சூழலிலேயே கல்வி கற்கும் சூழலாக மாற்றிப் புதுமுயற்சி மேற்கொண்டார். அந்தக்கல்விப் பரிசோதனை காந்தியடிகளால் ஆரம்பிக்கப்பட்ட டால்ஸ்டாய் பண்ணையிலும் தொடர்ந்தது.

உடலுழைப்பை அடிப்படையாகக் கொண்ட கல்விதான் மனிதனை மேம்படுத்தவல்லது என்று அடிப்படையான கருத்தாக்கம் காந்தியடிகளுக்கு அங்குதான் ஏற்பட்டது எனலாம். ரஸ்கின் எழுதிய 'கடையனுக்கும் கடைத்தேற்றம் (Unto this Last) என்னும் நூலைப் படித்தபின் அவர் வாழ்க்கையே மாறிவிட்டது. அவர் அதில் குறிப்பிட்டுள்ள மூன்று கருத்தில் மூன்றாவதாக வருவது உழைப்பின் மூலமாக வாழ்வதுதான் உன்னதமான வாழ்க்கை என்று குறிப்பிடு கிறார். அதனடிப்படையில் ஆரம்பிக்கப்பட்ட பீனிக்ஸ் குடியிருப்பில் உடலுழைப்பு மூலமாகக் கல்வி கற்றல் என்னும் கருத்து நடை முறைப்படுத்தப்பட்டதில் வியப்பொன்றும் இல்லை.

'உடலுழைப்பு சார்ந்த கல்வி' என்று காந்தியக் கல்வித் திட்டத்தில் இரண்டு கூறுகளைப் பார்க்கலாம். ஒன்று உடலுழைப்பு பற்றிய கேவலமான, தவறான கருத்துகளை மனத்தில் இருந்து எடுத்து விட்டு அதன் மேன்மையைப் புரிய வைப்பது. இரண்டாவது நம் உடல், இயக்கத்தின் மூலம்தான் சரியாகச் செயல்படும். உடல் நன்றாக செயல்பட்டு உழைத்தால் உடல் ஆரோக்கியமாக இருக்கும் ஆகவே தான் காந்தியடிகளின் வாழ்க்கைக்கான கல்வியில் 'உடலுழைப்பு' முக்கிய இடத்தைப் பெற்றுள்ளது.

ஆரம்ப நிலைக்கல்வி எப்படிப்பட்டதாக இருக்க வேண்டும் என்பது பற்றி மிகவும் ஆழமாக யோசித்தார். எப்படி காந்தியடிகளின் பொருளாதாரச் சிந்தனைகளுக்கு ஜே.சி.குமரப்பா வடிவம் கொடுத்தாரோ அதேபோல், காந்தியடிகளின் கல்விச் சிந்தனைகளுக்கு திரு. அரியநாயகம் மற்றும் திருமதி ஆஷாதேவி அரியநாயகம் தம்பதியினர் உருவம் கொடுத்தனர்'. 'வார்தா கல்வி'த்திட்டம் என்பது தேசிய அளவில் 'மெக்காலே கல்வித்திட்டத்திற்கு' நம் தேசிய மாற்றாகப் பேசப்பட்டது.

காந்தியக் கல்விச் சிந்தனையில் உள்ள முக்கியமான இரண்டு விஷயங்கள் எதைக் கற்பிப்பது, எப்படிக் கற்பிப்பது என்பதுதான். நம்முடைய வாழ்வாதாரங்களை கற்றுக் கொள்ள வேண்டும். நம்மைச் சுற்றி நடக்கும் பல நிகழ்வுகளை, நம்மைச் சுற்றியுள்ள பொருட்களை நாம் அறிந்து கொள்ளவே முதலில் தெரிந்து கொள்ள வேண்டும்

என்ற (Curiosity) தான் நமக்குக் கற்றுக் கொள்ள வேண்டும் என்ற ஆர்வத்தைக் கொடுக்கும் ஆர்வத்தோடு கற்கும் நிலையை சூழ்நிலையை உருவாக்க வேணடும். “செயல்பாடு மூலம் கல்வி (Activity based Learning) என்று அரசாங்கம் ஏதோ புது முறையை கொடுப்பது போல தெரிகிறதே இதற்கு அடிப்படையே வார்தா கல்வித்திட்டம் தான். குழந்தைகளைச் செயல்படாமல் உட்கார வைத்துக் கல்வி கற்பிக்க முயற்சிப்பது அவர்களிடையே கற்றலில் உற்சாகமின்மையை ஏற்படுத்துகிறது. அது மட்டுமல்ல; இது ஒரு மோசமான வன்முறை. ஆகவேதான் காந்தியடிகளின் கல்வித்திட்டத்தில் உடல் உழைப்பு முக்கிய இடத்தைப் பிடித்துள்ளது.

உடல், உள்ளம், ஆன்மா என்று மூன்றும் ஒரு சேர வளரும் வாய்ப்பை நம்முடைய கல்வித்திட்டம் ஏற்படுத்த வேண்டும். அதேபோல ஆரம்பக்கல்வி நிச்சயமாகத் தாய்மொழி மூலமாகத்தான் இருக்க வேண்டும் என்பதில் உறுதியாக இருந்தார். ஆங்கில வழிக்கல்வி நம் அடிப்படையானதை சமூகக் கட்டுமானங்களை தகர்த்து எறிந்துவிடும் என்பதை அன்றே நமக்கு எச்சரித்தார். ஆங்கில வழிக்கல்வி என்னவெல்லாம் செய்யும் என்பதை இப்போது நாம் நிதர்சனமாகக் காண்கிறோம். அதேபோல, ஆசிரியர்கள், தங்களுடைய ஆளுமையால் மாணவர்களைத் தங்கள் கட்டுப்பாட்டில் வைத்து அவர்களுக்கு நல்ல வழிகாட்டியாக வாழ்ந்து தங்களுடைய பணியை மேற்கொள்ள வேண்டும் என்று விரும்பினார்.

ஆரம்பக்கல்வி சீரானதாகவும் இலவசமாகவும் கட்டாயமான தாகவும் இருக்க வேண்டும். இலவசமாகவும் சீரானதாகவும் கல்வி இல்லாமல் கட்டாயமாக்கப்படுவது மிகவும் கொடுமையான விஷயம். இப்போது அரசாங்கத்தால் முடிவது சட்டம் போடுவது மட்டும்தான். செயல்படுத்துவது என்ற நிலையில் மக்களின் ஒத்துழைப்பு அவசிய மானது; அடிப்படையானது. ஆகவே காந்தியக் கல்விச் சிந்தனைகளை மக்களிடம் கொண்டு சென்று மக்களிடம் பொதுக் கருத்தை உருவாக்குவதன்மூலம் ஒரு நல்ல கல்விக்கான சூழலை உருவாக்க இயலும். அதற்கான சிறு முயற்சியாகத்தான் இதனைப் பார்க்க வேண்டும்.

**அ. அண்ணாமலை**

# கல்வியின் குறிக்கோள்

**1. உண்மையான கல்வி எது?**

கல்வி சம்பந்தமாக இங்கே நான் சொல்லப்போகும் கருத்துகள், 1902ம் ஆண்டில் தென்னாப்பிரிக்காவில் போனிக்ஸ் ஸெட்டில் மெண்டு என்ற குடியேற்ற ஸ்தலத்தை நிறுவிய காலத்திலிருந்தே, நான் கொண்டுள்ள கருத்துகளாகும்.

மெய், வாய், கண், மூக்கு, செவி ஆகிய புலன்களை நல்ல முறையில் தொழிற்படச் செய்வதே அறிவுக்கு உண்மையான அபிவிருத்தி என்பது என் கருத்து, அறிவும் உடலும் ஒன்றாக வளர்ச்சியடையும் போது, இதயத் தத்துவமும் விழிப்படையவேண்டுவது அவசியமாகும். அவ்விதமின்றி, உள்ளமும் உடலும் வளர்ச்சி பெற்று, உணர்ச்சித் தத்துவம் விழிப்பு அடையாவிட்டால், அது கிரமமான வளர்ச்சி யாகாது; வெறுங் கோணலாகவே போய்விடும். உணர்ச்சி தத்துவத் துக்குப் பயிற்சி கொடுக்க வேண்டும் என்று சொல்லும் போது, இதயத்தைப் பயன்படுத்துவதென்னும் கருத்துப்படவே நான் சொல் கிறேன். எனவே, குழந்தையின் உடல் பண்பையும் உயிர்ப்பண்பையும் வளர்க்கும்போது, அதன் இதயப்பண்பையும் வளர்த்து வந்தால், உள்ளமானது சரியானபடி எல்லா அம்சங்களிலும் வளர்ச்சியடைய முடியும். இவை மூன்றையும் தனித்தனியே பிரிக்க முடியாது. ஒன்றாய் இயங்குவன இவை. ஆகவே, அவை ஒவ்வொன்றையும் தனித்தனியாக வளரச் செய்யலாம். அல்லது ஒன்றுக்கு ஒன்று தொடர்பில்லாது வளரச் செய்யலாம் என்று எண்ணுவது வீண்கனவுதான்.

உடல், அறிவு, இதயம் ஆகியவற்றைத் தமக்குள் அழகாக ஒத்தியங்கச் செய்யாது கல்வி புகட்டுவது காரணமாக, என்ன என்ன கேடுகள் விளையுமென்பது கண்கூடாகக் கண்ட உண்மை. இக்கேடு கள் நம்மைச்சுற்றி எங்குமே மலிந்திருக்கின்றன; இருந்தும் இந்தக் கேடுகளை நம்மால் உணர முடியவில்லை. ஏன்? வேண்டாத தொடர்புகள் இக்காலத்தில் நமக்கு ஏற்பட்டு உள்ளதுதான் இதற்குக் காரணம். நாட்டுப்புற மக்களைப் பாருங்கள். அறிவு, உணர்ச்சி இரண் டையும் பொறுத்தவரையில் அவர்கள் விலங்குகளின் நிலைக்கு வந்து விட்டார்கள் எனலாம். இது ஒரு புறமிருக்க, பட்டணங்களிலுள்ள

பாடசாலைகளிலும் கல்லூரிகளிலும் கல்வி என்னும் பெயரால் இன்று அளிக்கப்படும் பயிற்சியானது உண்மையிலேயே அறிவைச் சிதறடித்து விடுகிறது. அறிவைப் பண்படுத்துவதற்கும் உடற் பயிற்சிக்கும் எவ்விதமான தொடர்பு இருந்து வருகிறது என்பதைக் கருதிப் பார்ப்பதில்லை. தொடர்பு இல்லை என்றே கருதுகிறார்கள். ஆனால் உடல் ஆரோக்கியமாயிருப்பதற்கு ஏதேனும் ஒருவகைப் பயிற்சி இருந்தாக வேண்டும். அதற்காக ஒரு பயனும் அளிக்காத விளை யாட்டுகளை ஏதோ திட்டம் போட்டு வைத்துக்கொள்ளுகிறார்கள். இதனால் விளைந்த பலன் ரொம்பவும் வருந்தத்தக்கது. இல்லையேல் வெறும் கேலிக்கூத்தென்றே அதைத் தள்ளிவிடலாம். இந்தத் திட்டத்தின்படி பயின்று வந்த எந்த இளைஞனும், உடல் வருந்தி உழைக்கும் விஷயத்தில், ஒரு சாதாரணத் தொழிலாளிக்கு ஈடாக நிற்க முடியாது. உடல் வருந்தச் சிறிது உழைத்தாலும் அவனுக்குத் தலைவலி உண்டாகிறது. உடம்பிலே சிறிது வெயில் பட்டாலும் மயக்கம் வந்து விடுகிறது. இந்தத் தலைவலியும் மயக்கமும் 'இயற்கை யாக' வர வேண்டியவை என்று அவர்கள் எண்ணுகிற காரியந்தான் வேடிக்கையிலும் வேடிக்கை. இதயத்தை ஒட்டிய பண்புகளோ, வரைதுறையின்றி தம் இச்சையாக வளர்ந்து முற்றிப்போய் விடு கின்றன. இதன் பயனாக, அவனுடைய ஒழுக்கத்திலும் உணர்ச்சியிலும் வெறுங் குழப்பந்தான் மிஞ்சுகிறது. இதைப் பாராட்டுதற்குரிய தென்றுகூட நினைக்கிறார்கள்.

இந்த நிலைக்கு மாறாக, ஆரம்பத்திலிருந்தே இதயப்பண்பை நல்ல முறையிலே அபிவிருத்தி செய்த ஒரு குழந்தையைப் பாருங்கள். அவன் பயிலும் கல்வியில் நூல் நூற்றல், தச்சு வேலை, பயிர்த்தொழில் போன்ற பயனுள்ளதொரு வேலை இருப்பதாக வைத்துக் கொள்ளு வோம். அவன் செய்து வரும் தொழில்பற்றிய அடிப்படையான உண்மைகளும், கையாளுகிற கருவிகளின் உபயோகமும், அவற்றைச் செய்யும் முறையும் அவனுக்குக் கற்பிக்கிறார்கள் என்றும் வைத்துக் கொள்வோம். அப்படியானால், ஆரோக்கியமான திண்ணிய தேகம் அமைவதோடுகூட, கூர்மையான அறிவும் அவனுக்கு வாய்க்கும். அவனுடைய அறிவு வெறும் ஏட்டுச்சுரைக்காய் அல்ல; தினந்தோறும் பெற்ற அனுபவத்திலே வேரூன்றி நேராகக் கண்ட உண்மை அறி வாகும் அது. தொழிலைப் புத்திக்கூர்மையோடு திறமையாகச் செய் வதற்குக் கணிதமும் வேறு சில கலைகளும் அவனுக்கு உபயோகமாக இருக்கும். தொழில் கல்வியுடன் பெறும் அறிவுப்பயிற்சி காரணமாக, அந்தக் கலைகளிலும் அவனுக்குப் போதிய அறிவு ஏற்படும், பொழுது போக்குக்காகச் சிறிது இலக்கியப் பயிற்சியும் பெற்றுக் கொண்டால், சகல அம்சங்களிலும் பூரணமானதொரு கல்வியைப் பெற்றவனா கிறான். உள்ளமும் உடலும் உயிரும் விரிவடைகின்றன. இயல்பாக ஒன்றோடொன்று பொருந்தி, பூரண வளர்ச்சியைப் பெறுகிறான்.

மனிதன் என்றால் வெறும் அறிவு மாத்திரமல்ல. அல்லது ஸ்தூல உடலுமல்ல, உணர்ச்சி மட்டுமோ, அதுவும் அல்ல. அறிவு, உடல், உணர்ச்சி ஆகிய மூன்றும் அழகிய முறையிலே ஒன்று கூடினால்தான் மனிதன் ஆகிறான். இவை மூன்றையும் வளர்ப்பதே உண்மையான கல்விமுறையாகும். சுதந்திரம் அடைந்த பிறகுதான் இத்தகைய கல்வி யளிப்பது சாத்தியமாகும் என்று சொல்லுவது, மாட்டுக்கு முன்னாலே வண்டியைப் பூட்ட முயலுகிற கதைதான். கோடிக்கணக்கில் இருக்கும் நம் ஜனங்களை இயல்பாயுள்ள, மேற்சொன்னவை போன்ற தொழில் களைத் திறமையாகச் செய்யப் பழக்க வேண்டும். அனைவருடைய பொது நன்மையின் பொருட்டே அவர்கள் பணி புரிகிறார்கள் என்பதையும் உணரச் செய்ய வேண்டும். இவ்வாறு செய்தோமானால், சுதந்திரம் பெறுகிற காலம் வெகு சமீபம்.

# தேசியக் கல்வி

### 1. தேசியப் பொது மொழி

பெங்களூரில் நடந்த கர்நாடக ஹிந்திப் பட்டமளிப்பு விழாவில், காந்திஜி பின்வருமாறு பேசினார்:

பரீட்சையில் தேறி இன்று பட்டம் பெற்றிருப்பவர்களை நான் மனமார வாழ்த்துகிறேன். இனிமேலும், தொடர்ந்து படித்து அவர்கள் தங்களது அறிவை மென்மேலும், பெருக்கிக் கொள்வார்கள் என்று நம்புகிறேன். பொதுவாக, உத்தியோகத்தில் அமர்ந்து, அதன் மூலமாக சம்பாத்தியம் செய்யலாம் என்பதற்காகவே கல்லூரிகளிலும் பள்ளிக் கூடங்களிலும் மாணவர்கள் படிக்கிறார்கள். அதனால் பரீட்சை முடிந்ததுமே படிப்பையும் புத்தகத்தையும் அவர்கள் மறந்து விடுகிறார்கள், அங்கே படிக்கிறவர்களில் பெரும்பாலோர் அறிவை விருத்தி செய்து கொள்வதற்காகப் படிப்பதில்லை. பட்டம் வாங்க வேண்டும் என்பதற்காகவே படிக்கிறார்கள். ஹிந்திப் பிரசார சபையின் நோக்கம் உத்தியோகம் தேடிக் கொடுப்பதன்று. எனவே, இன்று பரீட்சையில் தேறியவர்களும், பட்டம் பெற்றிருப்பவர்களும் வெறும் பட்டத்தை மட்டும் உத்தேசித்துப் படித்திருக்க மாட்டார்கள் என்பது வெளிப்படை. ஆசிரியர்களிடம் நீங்கள் எவ்வளவு படித் திருக்கிறீர்கள் என்பதைக் காட்டும் பொருட்டே, இந்தப் பட்டங்கள் உங்களுக்கு வழங்கப்படுகின்றன. உங்களில் சிலர் ஹிந்தி பயின்றதன் மூலம் சம்பாத்தியம் செய்யவும் கூடுமென்பது உண்மையே. ஆனால் நம்முடைய நோக்கம் அதுவன்று.

இன்று பரீட்சையில் தேறியவர்களுள் பெரும்பாலோர் பெண்களாயிருப்பதைக் கண்டு நான் மிகவும் மகிழ்ச்சியடைகிறேன். இந்தியத் தாயின் நிலைமை பிற்காலத்தில் செம்மையாயிருக்கப் போகிறதென்பதையும் ஹிந்திப் பிரசார வேலை பிற்காலத்தில் நன்கு நடைபெறப் போகிறதென்பதையும் இது எடுத்துக் காட்டுகிறது. இந்தியப் பெண்கள் செய்கிற தியாகத்தையும் அவர்களுக்கு ஏற்படுகிற புத்துணர்ச்சியையும் பொறுத்தே, இந்தியாவுக்குக் கதிமோட்சம் ஏற்படக்கூடுமென்று நான் உறுதியாக நம்புகிறேன். புராதன காலத்தில் வாழ்ந்த இலட்சிய புருஷர்களையும் பெண்களையும் தெய்வங்களையும்

குறிப்பிட நேரும்போது பெண்களின் பெயரை முதலில் சொல்லியே ஆடவர்களின் பெயரைக் குறிப்பிடுவது வழக்கம். சீதா ராமன், ராதா கிருஷ்ணன், என்று சொல்லுகிறோமேயன்றி ராமன் சீதா, கிருஷ்ணன் ராதா என்று நாம் சொல்லுவதில்லை. பெண்களிடையே பேச நேர்ந்த சமயங்களிலெல்லாம் பெரும்பாலும், இந்த உண்மையை நான் எடுத்துக் காட்டுவதுண்டு. ஏதோ, ஒருவித உட்கருத்தை வைத்தே நம் முன் னோர்கள் பெண்களின் பெயரை முதலில் குறிப்பிட்டு வந்திருக் கிறார்கள். பெண்களின் தொண்டு சமூகத்திற்கு எவ்வளவு முக்கிய மென்பதையும் அதற்குள்ள மதிப்பு எவ்வளவென்பதையும் உணர்ந்தே நாம் அவர்களை இவ்வாறு போற்றி வந்திருக்கிறோம், பரம்பரையாக வந்த இந்தப் பழக்கத்தை சொல்லளவில் மட்டுமின்றிச் செயலிலும் பின்பற்றுவோமாக.

ஹிந்தி, அல்லது ஹிந்துஸ்தானிதான் தேசிய மொழியாக இருக்க முடியுமென்பதை வெளிப்படையான சில காரணங்களைக் கொண்டு நாம் இப்போது விளக்க விரும்புகிறேன். உதாரணமாக, கன்னட தேசத்தின் எல்லைக்குள்ளே இருந்து கொண்டு, வெளியே நடக்கிற விஷயங்களில் நீங்கள் சிரத்தை கொள்ளாது இருக்கிறவரையில், உங்களுக்குக் கன்னட மொழி மட்டும் தெரிந்தால் போதுமானதாகும். ஆனால் கன்னட தேசத்திலுள்ள ஒரு கிராமத்திலே இன்று நடப்ப வற்றைக் கவனித்துப் பாருங்கள், மக்களுடைய எண்ணங்கள் கன்னட தேசம் என்ற அளவோடு நின்றுவிடவில்லை, இந்தியா முழுவதையுமே ஒன்று சேர்த்துப் பார்க்கிற மனநிலை அவர்களுக்கு ஏற்பட்டிருக்கிறது.. கன்னட தேசத்திற்கு வெளியே நடக்கிற காரியங்களோடும் நீங்கள் தொடர்பு பூண்டிருக்கிறீர்கள். அந்தத் தொடர்பைச் செயல்முறையில் பயன்பெறச் செய்வதற்குப் பொது மொழி ஒன்று அவசியம் இருந்தாக வேண்டும். சிந்து மாகாணத்திலிருந்தும் ஐக்கிய மாகாணத்திலிருந்தும் வருபவர்களோடு கன்னடம் பேசுகிற ஒருவர் பொது மொழி ஒன்றில்லாமல் எப்படித் தொடர்பு கொள்ள முடியும்? ஆங்கிலத்தைப் பொது மொழியாக வைத்துக் கொண்டால் போகிறது என்று நம்மவர்களில் சிலர் சொன்னதுண்டு. இப்போது சிலர் அப்படிச் சொல்லக்கூடும். ஏதோ சில ஆயிரம் பேர்தான் நம்மவர்களில் ஆங்கிலம் படித்திருக்கிறார்கள். அவர்களைப் பொறுத்தவரையில் ஆங்கில மொழியே பொது மொழியாயிருந்தால் போதுமானதாகும். ஆனால், அந்த ஏற்பாடு உங்களுக்குத் திருப்தி அளிக்காதென்பது நிச்சயம். இந்தியாவில் கோடிக்கணக்கான மக்கள் பல மாகாணங்களில் வசித்து வருகிறார்கள். அவர்கள் ஒருவருக்கு ஒருவர் தொடர்பு வைத்துக் கொள்ள வேண்டும் என்று நான் விரும்புகிறேன். நீங்களும் அப்படியே விரும்புவீர்கள். இன்னும் பல தலைமுறைகள் நாம் படித்தாலுமே, எல்லோருக்கும் பொது மொழியாக ஆங்கிலத்தை ஆக்கிக் கொள்ளலாம் என்பது இயலாத காரியம். எல்லோருமே

ஆங்கிலத்தைப் படிக்க வேண்டிய அவசியம் என்னவோ, எனக்குத் தெரியவில்லை. அப்படியே படிப்பதாக வைத்துக்கொண்டாலும் சம்பாத்தியம் செய்ய ஆங்கிலம் உதவுமென்ற நிச்சயமாவது உண்டா? ஆங்கிலம் படிப்பதால் சம்பாத்தியம் செய்ய முடியுமென்று சிலர் எண்ணுகிறார்கள், அப்படியே சம்பாதிக்க முடியுமென்று வைத்துக் கொண்டாலும் ஆங்கிலத்தை எல்லோருமே படித்துவிட்டால் அதற்குள்ள மதிப்பு வரவரக் குறைந்துவிடாதா? தவிர, ஆங்கிலம் படிப்பதில் எவ்வளவோ கஷ்டங்கள் இருக்கின்றன. ஆனால் ஹிந்தி - ஹிந்துஸ்தானி படிப்பதில் அவ்வளவு சிரமமில்லை. ஆங்கிலம் படிப்பதற்கு நீண்ட காலமாவது போல, ஹிந்தி- படிப்பதற்கு ஆகாது. ஹிந்தி - ஹிந்துஸ்தானி பேசுகிறவர்கள், ஹிந்துக்களும் முஸ்லீம் களுமாக இருபது கோடிக்கு மேல் இருக்கிறார்கள். கன்னடம் பேசு கிறவர்கள் ஆண்களும் பெண்களுமாக இப்போது ஒரு கோடிக்குச் சற்று அதிகமாக (110 லட்சம்) இருக்கிறார்கள். தங்கள் சகோதர சகோதரிகளாயுள்ள இருபது கோடி மக்கள் பேசுகிற மொழியைக் கற்க வேண்டுமென்கிற ஆசை இந்தக் கன்னட தேச மக்களுக்கு இல்லாமலா போய்விடும்? மேலும், ஹிந்தி மிக எளிதாகக் கற்கக் கூடியதுதானே? லேடி ராமன்(ஸர்.சி.வி.ராமன் மனைவியார்) பேசிய ஹிந்திப் பேச்சை ஒருவர் கன்னடத்தில் மொழி பெயர்த்துச் சொல்ல நீங்கள் இப்போது கேட்டீர்கள். மொழி பெயர்த்துச் சொன்னவர் அனேக ஹிந்திச்சொற்களை அப்படியே உபயோகித்தார். பிரேமா, பிரேமி, சங்கம், சபை, அத்தியக்ஷகர், பாதம், ஆனந்தம், பக்தி, ஸ்வாகதம், ஆத்தியக்ஷதம், சம்மேளனம் போன்ற சொற்கள், கன்னடத்திற்கும், ஹிந்திக்கும் பொதுவாகவே இருப்பதை நீங்கள் கவனித்திருக்கலாம். லேடி ராமன் பேசியதை ஒருவர் இப்போது ஆங்கிலத்தில் மொழி பெயர்த்துச் சொல்லுவதானால், மேலே சொன்ன சொற்களை யெல்லாம் அப்படியே அவர் கையாண்டிருக்க முடியுமா? ஒருகாலும் முடியாது. இந்தச் சொற்களுக்கு நேரான ஆங்கிலச்சொற்கள் கேட்பவர்களுக்கு என்றும் கேளாத புதிய சொற்களாகவே இருக்கும். இதையெல்லாம் பார்க்கும்போது, ஹிந்தி மொழியை எளிதாய்க் கற்றுக் கொண்டு விடலாம் என்று தோன்றவில்லையா? ஹிந்தி கற்பது கஷ்டமானது என்று கன்னட சகோதரர்கள் சொல்லும்போது எனக்குக் கோபமும் ஆத்திரமும் மட்டும் உண்டாகவில்லை. சிரிப்புங் கூட வந்துவிடுகிறது. தினமும் கொஞ்சநேரம் பயின்றால், ஒரு மாதத்தில் நிச்சயமாய் ஹிந்தியைக் கற்றுவிடலாம். எனக்கு இப்போது வயது 67. நான் இன்னும் அதிக நாள் இருக்கப்போவதில்லை. அப்படி இருந்தும், இந்தக் கன்னட மொழி பெயர்ப்பைக் கேட்டபோது, தினமும் கொஞ்ச நேரம் படித்தால், ஏழெட்டு நாட்களில் கன்னடத் தைக் கற்று விடலாமென்று எனக்குத் தோன்றிற்று. கணம் சீனிவாச சாஸ்திரியாரையும் என்னையும் போன்ற சிலர் நீங்கலாக, இங்குள்ள

நீங்களனைவரும் இளைஞர்கள். ஹிந்தியைக் கற்றுக் கொள்வதற்கு, ஒரு நாளைக்கு நான்கு மணி வீதம் நீங்கள் ஒரு மாதம் செலவு செய்தால் போதும். இதற்கு வேண்டிய உற்சாகமும் ஊக்கமும் உங்களிடம் இல்லாமலா போய்விட்டன. நம் நாட்டிலிருக்கும் இருபது கோடி மக்களோடு தொடர்பு வைத்துக் கொள்வதற்காகக் கொஞ்ச நேரம் ஒரு மொழியைக் கற்பது வீணென்றா கருதுகிறீர்கள்? இருக் கட்டும், உங்களில் ஆங்கிலம் தெரியாதிருக்கும் சிலர் ஆங்கிலம் கற்க எண்ணுவதாக வைத்துக் கொள்வோம், நாள் ஒன்றுக்கு நான்கு மணி நேரம் செலவிட்டு, ஒரு மாதத்திலேயே ஆங்கிலத்தைக் கற்று விடலாம் என்னும் நம்பிக்கை, இருப்பவர்களில் யாருக்காவது உண்டா? இருக்க முடியாது. தென்னிந்தியாவிலுள்ள நான்கு மொழிகளிலும் சமஸ்கிருதச் சொற்கள் நிறைய கலந்து இருக்கின்றன, ஆகையால்தான் ஹிந்தியைக் கற்றுக்கொள்வது நமக்கு மிகமிக எளிதாயிருக்கிறது. பண்டைக்காலத்தில் தென்னிந்தியாவிற்கும் வட இந்தியாவிற்கும் இடையே சமஸ்கிருத மொழி மூலமாகவே சம்பந்தமிருந்து வந்த தென்பதைச் சரித்திர வாயிலாக அறிகிறோம். இன்றைக்கும் தென் நாட்டிலுள்ள சாஸ்திரிகள் வடநாட்டிலுள்ள சாஸ்திரிகளுடனே சமஸ்கிருத மொழி மூலமாகவே சர்ச்சை செய்கிறார்கள். நம் நாட்டி லுள்ள வெவ்வேறு மொழிகளுக்குள் இருக்கும் வித்தியாசமெல்லாம் பெரும்பாலும், இலக்கணம் பற்றிய வித்தியாசங்களே. வடஇந்திய மொழிகளுக்குள்ளே, இலக்கண அமைப்புங்கூட ஒத்தேயிருக்கிறது. ஆனால் தென்னிந்திய மொழிகளில் இலக்கண வித்தியாசம் அதிகம், சமஸ்கிருத மொழியின் கலப்பு ஏற்படுமுன்னர் அவற்றின் சொற் களிலும் பெருத்த வித்தியாசம் இருந்தது. ஆனால் இப்போது தென் னிந்திய மொழிகளில் சமஸ்கிருதச் சொற்கள் மிகுதியாகக் கலந்து விட்டன, இதனாலே தென்னிந்தியாவில் பிரயாணம் செய்யும்போது மொழி சம்பந்தமாக, எனக்கு அதிகக் கஷ்டம் ஏற்படுகிறதில்லை. கன்னடம், தெலுங்கு, மலையாளம், தமிழ், இந்த நான்கு மொழிகளில் ஒன்றில் யாரேனும் பேசினால் பேசியதின் சாராம்சத்தை எளிதில் நான் புரிந்து கொள்கிறேன்.

தொடக்கத்தில், ஹிந்திதான் தேசிய மொழியாக இருக்க முடியு மென்று சொன்னேன். வடக்கே ஸ்ரீநகரிலிருந்து தெற்கே கன்னியாகுமரி வரையிலும் மேற்கே கராச்சியிலிருந்து கிழக்கே திப்ருகார் வரையிலும் பரந்துள்ள இந்தியாவை ஒருசேரச் சிறிது நேரம் மனத்தால் எண்ணிப் பாருங்கள். இந்தியர் என்ற முறையில் இவ்வாறு எண்ணுவது அவசிய மல்லவா? அப்படி எண்ணும் போது ஹிந்தி மொழி எவ்வளவு அவசியம் என்பதை உணர்ந்து கொள்ளுவீர்கள். இவ்வாறு சேர்ந்து எண்ணுவதற்கு ஹிந்தி மொழி யொன்றே துணை செய்யும் என்ப தையும் அதைக் கற்றுக் கொள்ளுவதைத் தவிர வேறு வழியில்லை என்பதையும் கண்டு கொள்வீர்கள்.

இந்நாட்டுப் பொது மொழியாக ஆங்கிலம் இருக்க முடியாதென் பதையும் உங்களுக்கு எடுத்துக்காட்டினேன். ஆங்கில மொழி மீது எனக்கு வெறுப்பில்லை. சில அறிவாளிகளுக்கு ஆங்கிலம் தெரிந் திருக்க வேண்டுவது அவசியந்தான். எல்லா நாடுகளோடும் தொடர்பு வைத்துக்கொள்ளவும் மேலை நாட்டு அறிவியல் ஆராய்ச்சிகளைத் தெரிந்து கொள்ளவும் ஆங்கிலப்பயிற்சி இன்றியமையாததுதான். அளவிற்கு மிஞ்சி ஆங்கிலத்திற்குப் பிரதானம் கொடுக்கச் சிலர் முயல்வதைக் கண்டே எனக்கு மிகவும் வருத்தமுண்டாகிறது. இம் முயற்சி தோல்வியுறும் என்பதில் சந்தேகம் இல்லை. அததற்குத் தகுந்த இடத்தில்தான் அது சோபிக்க முடியும்.

ஹிந்தி மொழியை கற்றுக்கொடுப்பதனால் கன்னட மொழியின் வளர்ச்சி குன்றிப்போகுமென்றும், கன்னட மொழிக்குரிய ஸ்தானத்தில் ஹிந்தி வந்து அமர்ந்து கொள்ளும் என்றும் சிலர் அஞ்சுகிறார்கள். இதை வீண் கலவரமென்றே நான் சொல்லுவேன். பிற மொழிகளின் ஸ்தானத்தில் ஹிந்தி அமர்ந்துவிடும் என்பதற்கு மாறாக, ஹிந்தியால் நன்மையே ஏற்படும் என்று சொல்ல வேண்டும். ஹிந்தியைப் பரப்பப் பரப்ப மற்ற மொழிகள் வளரவும் சக்தி பெறவும் நாம் உதவி செய்த வர்களாகிறோம். பல மாகாணங்களிலிருந்து பெற்ற சொந்த அனுபவத்திலிருந்தே நான் இதைச் சொல்லுகிறேன்.

எழுத்தைப்பற்றி ஒரு வார்த்தை. நான் தென்னாப்பிரிக்காவில் இருந்த காலத்திலேயே, சமஸ்கிருதத்திலிருந்து வந்த மொழிகள் யாவற் றையும் தேவநாகரி லிபியைக் கொண்டே எழுதுவது நல்லதென்று முடிவுக்கு வந்தேன். திராவிட மொழிகளையுங்கூட, தேவநாகரி லிபியின் மூலமாகவே எளிதாய்க் கற்றுக்கொண்டு விடலாம் என்பது என் நம்பிக்கை. தமிழ், கன்னடம், தெலுங்கு, மலையாளம் முதலி யவற்றை அந்தந்த மொழிக்குரிய லிபியைக்கொண்டே நான் சிலநாள் படித்து வந்தேன். லிபிகள் நான்கையும் தனித்தனியே கற்பது எனக்கு மிகவும் சிரமத்தைத் தந்தது. நான்கு மொழிகளுக்கும் லிபி ஒன்றா யிருந்திருக்குமானால், எவ்வளவோ குறுகிய காலத்திற்குள் அவற்றை நான் படித்திருக்க முடியும். இந்த மொழிகளைப் படிக்க என்னைப் போல் ஆவலோடிருப்பவர்களுக்கு, லிபியினால் ஏற்படுகிற கஷ்டம் கொஞ்சநஞ்சமல்ல. தென்னிந்தியாவில் இப்போ நான்கு மொழிகள் இருக்கின்றன. இவை நான்கிற்கும் தேவநாகரி லிபியைக் கையாண் டால், ஒரு மொழி தெரிந்தவர்கள் மற்ற மூன்று மொழிகளையும் அந்த லிபியைக் கொண்டே, மிக எளிதாகக் கற்றுக் கொண்டு விடலாம். ஹிந்தியைத் தேசிய மொழியாக வைத்துக்கொள்ள வேண்டும் என்ற விஷயத்தையும் எல்லா மொழிகளுக்கும் லிபி பொதுவாயிருக்கலா மென்ற விஷயத்தையும் சேர்த்துக் குழப்ப வேண்டாம். இந்திய மொழிகள் யாவற்றையும் கற்க ஆசைப்படுகிறவர்களுக்கு ஏற்படும் கஷ்டத்தை விளக்கிக் காட்டுவதற்காக இதை இங்கே குறிப்பிட்டேனேயன்றி வேறில்லை.

**2. தேசியக்கல்வி**

ஐரோப்பிய நாடுகளிலெல்லாம், கல்வி முறையானது அந்தந்த நாட்டு மக்களின் தனிப்பண்புக்கு ஏற்றவாறு அமைந்திருக்கிறது. ஒரே விஷயம் மூன்று நாடுகளில் சொல்லிக்கொடுக்கப்பட்டாலும் அந்தந்த நாட்டின் பண்பாட்டுக்கும் தனிப்பண்புக்கும் ஏற்ற முறையில், அதே விஷயத்தை மூன்று விதமாகச் சொல்லிக் கொடுக்கிறார்கள். நாம் மட்டுமே ஆங்கில முறையை அடிமைத்தனமாகப் பின்பற்றுவதில் ஆனந்தம் அடைகிறோம். தற்காலப் படிப்பு முறையின் அடிப்படையான நோக்கம் மேலைநாட்டை அப்படியே காப்பியடிக்கவேண்டுமென்பது தான். இதில் புதிது ஒன்றுமே இல்லை. மன இயல்பை அறியாதவர் களிடம், அறிய விரும்பாதவர்களிடம் நம்முடைய விவகாரங்களை யெல்லாம் நம்பி ஒப்படைத்துவிட்டோம். அதன் பலனை இன்று அனுபவிக்கிறோம். பாவம், மெகாலே என்ன செய்வார்? நம் 'சமஸ்கிருத இலக்கியம் மூட நம்பிக்கைகளை உண்டாக்குவதாயிருக் கிறது. மேலை நாட்டின் நாகரிகம் என்ற பெயரால் மனதிற்கு உகந்த ஆரோக்கியமான விஷயங்களைக் கொடுப்போமே' என்று அவர் உண்மையாகவே எண்ணினார். எண்ணியபடி செய்து நம்மைப் பாழாக்கிவிட்டார்; வேண்டுமென்றே அவர் நம்மைப் பாழாக்க வில்லை. அதற்காக அவரை நாம் குறைகூற வேண்டாம். ஆங்கிலத் தின் மூலமாகவே அனைத்தையும் கற்க வேண்டியிருப்பதனால், நாமாக ஒரு காரியத்தைச் செய்வதென்னும் உணர்ச்சி செத்தொழிந்தது. சிற கொடிந்த பறவையாகிவிட்டோம். நாம் அதிகமாக விரும்புகிற விஷயம் ஏதோ ஒரு குமாஸ்தா, அல்லது பத்திரிகை ஆசிரியராவது தான். இந்த முறையில் படித்து வந்தவர்களிலே சின்ஹாவைப்போல் ஒரே ஒரு பிரபுதான் தோன்ற முடியும். மற்றவர்களெல்லாம் பெரும் பாலும், நம்மை அடிமைப்படுத்தியுள்ள இந்தப் பிரமாண்டமான அந்நிய ஆதிக்கம் என்ற இயந்திரத்தின் அங்கங்களாகத்தான் விளங்க முடியும். அப்படி நாம் விளங்க வேண்டுமென்றே இந்தக் கல்வி முறையை நம்மிடையே புகுத்தியிருக்கிறார்கள். நான் முஸாபர்பூருக்குச் சென்றிருந்தபோது, ஒரு சிறுவன் என்னிடம் வந்து, தேசியப் பிரபுப் பட்டம் பெற முடியுமா என்று கேட்டான். 'முடியாதுதான். ஆனால் ஒரு கிராமத்தில் நீ லார்டாயிருக்கலாம். ஒரு நாளும் சின்ஹா பிரபு வைப்போல் ஆக முடியாது. சீமையில் பர்கென் ஹெட் பிரபு இருக்கிறாரே, அவர்தான் உன்னை அப்படி ஆக்க முடியம்' என்று நான் பதில் சொன்னேன்.'

**3. நம் முறை வேறு**

அவர்கள் அதாவது அரசாங்கத்தார் கற்கக்கொடுக்கும் முறைக்கும் நாம் கற்றுக் கொடுக்கும் முறைக்கும் இடையே, கடல் அத்தனை வித்தியாசம் இருக்கிறது. உதாரணமாக, அவர்கள் ஆங்கிலத்திற்கு

முக்கியத்துவம் அளித்துச் சொல்லிக் கொடுப்பதுபோல, நாம் சொல்லிக் கொடுக்க மாட்டோம். உலக விவகாரங்களைத் தெரிந்து கொள்ளும் அளவுக்கே, நாம் ஆங்கிலத்தைச் சொல்லிக் கொடுக்கி றோம். தாய் மொழியைப் புறக்கணித்து, நம் கருத்துகள் அனைத்தையும் அவர்களைப் போல நாம் ஆங்கிலத்தில் சொல்லிக் கொடுக்க மாட்டோம். அப்படிச் சொல்லிக் கொடுப்பது தற்கொலை செய்து கொள்ளுவதையே ஒக்கும். பாதகமான இந்தப் பழக்கத்தை மாற்றவே, இத்தகைய தேசியக் கல்விநிலையங்களில் நாம் முயன்று வருகிறோம். சகல விஷயங்களையும் குஜராத்தி மொழி மூலமாகவே நாம் கற்க வேண்டும். அந்த மொழியை வளர்த்து, சகல கருத்துகளையும் சகல உணர்ச்சிகளையும் அவற்றின் நுட்பங்களையும் வெளியிடும் ஆற்றலை அம்மொழிக்கு உண்டு பண்ண வேண்டும். இங்குள்ள நிலைமையைப் போல வேறெந்த நாட்டிலும் பார்க்க முடியாது. இத்தனை வருஷங் களாக எல்லா விஷயங்களையும் ஆங்கில மொழி மூலம் படித்து வந்த பாவத்தினாலே, நாம் அதிகமாக நஷ்டமடைந்துவிட்டோம்; கடமை, இன்னதென்று வழி காட்டி இருக்க, அதை விட்டு விலகி நெடுந்தூரம் போய்விட்டோம்.

இது போகட்டும். பொருளாதாரக் கல்வியைப் பாருங்கள். தற்காலம், அரசாங்கக் கலாசாலைகளில் சொல்லிக் கொடுக்கிற முறை மிகவும் கேடு பயக்கக் கூடியது. ஒவ்வொரு தேசத்திற்கும், தனியான ஓர் பொருளாதார முறை இருக்கிறது. அந்தந்தத் தேசத்திற்குத் தகுந்த படி அது அமைந்திருக்கிறது. ஜெர்மனியில் வழங்கும் பொருளாதாரப் பாடப்புத்தகங்கள் ஆங்கில புத்தகங்களினும் வேறானவை. வியா பாரத்திலே கட்டுப்பாடில்லாமல் சுதந்திரமாக வியாபாரம் செய்வ தானால், இங்கிலாந்துக்கு விசேஷ லாபமுண்டு. ஆனால், அதே வியாபார சுதந்திரம் நம் நாட்டு வியாபாரத்துக்கு நாசத்தை விளை விக்கும். இந்தியாவுக்குப் பொருளாதார முறை தக்கவிதமாக இப்போது இல்லை. இனித்தான் அதை நாம் அமைக்க வேண்டும்.

சரித்திரத்தை எடுத்துக்கொண்டாலும் அதே பல்லவிதான். இந்தியச் சரித்திரத்தை ஒரு பிரெஞ்சுக்காரர் எழுதுவாரானால், நமக்குச் சரி யென்று படுகிறதையே அவர் எழுதுகிறார். அதே இந்தியச் சரித் திரத்தை ஓர் ஆங்கிலேயர் எழுதினால், அது முற்றிலும் வேறு மாதிரி யாகவே இருக்கும். ஆங்கிலேயருக்கும் பிரெஞ்சுக்காரர்களுக்கும் நடந்த சண்டைகளைப் பற்றி இருவரும் வெவ்வேறு விதமாகவே வருணிப் பார்கள். மூல ஆதாரங்களை வைத்துக்கொண்டு, தேசபக்தி நிறைந்த ஒரு இந்தியர் இந்தியச் சரித்திரத்தை எழுதினால், அது அதிகார வர்க்கத்தைச் சேர்ந்த ஆங்கிலேயர் எழுதுவதற்கு மாற்றாய்த்தான் இருக்கும். இருந்தாலும் இருவரும் உண்மையாகவே தாங்கள் சரி யென்று நம்பியதை எழுதி யிருக்கலாம், நமது தேசிய வாழ்க்கையில் நடைபெற்ற பிராயத்தை நாம் அப்படியே ஏற்றுக்கொண்டு வந்திருக்

கிறோம். இது பெரிதும் வருந்தத்தக்க தவறாகும், ஆகவே, இந்தியச் சரித்திரப் பகுதியில், நீங்களும் உங்கள் ஆசிரியர்களும் புதுமுறையிலே ஆராய்ச்சி செய்வதற்கு வேண்டிய அளவு இடமிருக்கிறது.

கணக்குச் சொல்லிக்கொடுப்பது போன்ற ஒரு சிறிய விஷயமாய் இருந்தாலும் நாம் அதைச் சொல்லிக்கொடுக்கிற முறை வேறுதான். நம் கணித ஆசிரியர் இந்திய வாழ்க்கையிலிருந்தே உதாரணங்களை எடுத்துச் சொல்லுவார். இதனாலே, கணக்குச் சொல்லிக் கொடுக்கிறதோடு, இந்தியப் பூகோளத்தையும் சேர்த்துக் கொடுத்து விட முடியும்.

அது போகட்டும். கைவேலை, கைத்தொழில் இவற்றில் பயிற்சி யளிக்க வேண்டுமென்பதை நாம் வற்புறுத்திச் சொல்லுவோம். இந்தப் பயிற்சியினால் அறிவின் கூர்மை மழுங்கிப்போகுமென்று எண்ணிக் கொள்ளாதீர்கள். அப்படி எண்ணுவது தவறு. நெட்டுருப்போட்டு, கண்ட கண்ட விஷயங்களையெல்லாம் மூளையில் திணித்துக் கொள்ளுவதனால் மட்டும் அறிவு ஏற்பட்டு விடாது. ஒரு நோக்கமும் இல்லாமல் வெறுமனே இலக்கியத்தைப் படிக்கிறதைவிட, நல்ல விவேகத்தோடு கைத்தொழில் பயிற்சி பெறுவது, அறிவை விசாலப் படுத்த எவ்வளவோ உதவியாயிருக்கும்.

**4. குமாஸ்தாக்கல்வி**

உங்கள் பாடசாலைகளையும் கல்லூரிகளையும் அரசாங்கப் பாட சாலைகளுடனும் கல்லூரிகளுடனும் ஒப்பிட்டுப் பார்த்தீர்களானால், ஏமாற்றம்தான் ஏற்படும். இரண்டும் வெவ்வேறு தன்மையுடையவை. அரசாங்கக் கல்வி நிலையங்கள் ஜனங்களுடைய பணத்தையுண்டு வளர்ந்திருக்கின்றன. அதனால், அவற்றுக்கு அரண்மனை போன்ற, பெரிய பெரிய கட்டடங்கள் ஏற்பட்டிருக்கின்றன. அவற்றின் ஆசிரி யர்கள் ஏராளமாகச் சம்பளம் பெறுகிறார்கள். நிறைய படித்துமிருக் கிறார்கள். அந்த மாதிரியெல்லாம் இங்கே எதிர்பார்க்க முடியாது. பொருள் வசதி இருந்தாலும்கூட, உங்களுக்கு அவை கிடைக்க மாட்டா. அரசாங்கக் கல்வி நிலையங்களின் நோக்கமானது, முக்கிய மாக, குமாஸ்தாக்களையும் அவர்களையொத்த மற்ற ஊழியர்களையும் உற்பத்தி செய்வதாகும். இப்படி உற்பத்தி செய்யப்பட்டவர்களின் உதவி கொண்டே, இந்த அந்நிய அரசாங்கம் தனது ஆட்சியை நடத்த வேண்டியிருக்கிறது. ஆனால் தேசியக்கல்வி நிலையங்களின் நோக்கம், இதற்கு முற்றும் நேர்மாறானது. இவற்றின் நோக்கம், குமஸ் தாக்களையும் மற்ற ஊழியர்களையும் உற்பத்தி செய்வதன்று. என்ன வந்தாலும் சரி, எத்தகைய தியாகம் செய்ய நேரினும் சரி, இந்த அந்நிய ஆட்சியைக் கூடிய விரைவில் ஒழித்தே தீர்வது என்று கங் கணம் கட்டிக் கொண்டிருக்கும் வீர மக்களைச் சிருஷ்டிப்பதொன்றே இவற்றின் நோக்கமாகும். அரசாங்கக் கல்வி நிலையங்கள், இயல் பாகவே அந்நிய அரசாங்கத்திற்கு உண்மையாக இருக்க முடியும்.

அரசாங்கக்கல்வி நிலையங்கள், நல்ல வருவாயுள்ள உத்தியோகங் களைப் பெற ஏதுவாயிருக்கின்றன. தேசிய ஸ்தாபனங்களோ அப்படி யல்ல. இவற்றில் பயின்றவர்கள், வேலைகளில் ஈடுபடாமல், தேச சேவையிலேயே முழுதும் ஈடுபட வேண்டி வரும். தினசரி வாழ்க்கைக்கு வேண்டிய சொற்ப வருவாய்தான் இதில் கிடைக்கும். மூன்று விதமான கடமைகளைச் செய்வதாக, நீங்கள் இப்போது உறுதிமொழி கூறியிருக்கிறீர்கள். ஜெர்மானிய ஆசிரியர் மாக்ஸ்முல்லர் நமக்கு ஞாபகப்படுத்தியதுபோல, நாம் உண்மையாக வாழ்வது என்றால், கடமையைச் செய்வது என்றே பொருள்படும். கடமையை ஒழுங்காகச் செய்தால், அது காரணமாகச் சில உரிமைகளும் தாமே வருகின்றன என்பதில் சந்தேகமில்லை. ஆனால் உரிமைகளையும் சௌகரியங்களையும் அடைவதற்காகவே ஒருவன் கடமைகளைச் செய்வானானால் பொதுவாக முழு மனதோடு அவன் அவற்றைச் செய்கிறதில்லை. இதனால் சில சமயங்களில் எதிர்பார்த்த சௌகரியங்களைக்கூட அவன் அடையமுடியாமல் போய்விடுகிறது. அப்படியே, அவன் எதிர்பார்த்த உரிமைகளை அடைந்தபோதிலும் கூட, அந்த உரிமைகளெல்லாம் அவனுக்கு வீண் பாரமாக மாறி விடுகின்றன. உங்களுடைய உரிமை சேவை செய்வதொன்றேயாகும். நாட்டிற்குச் சுதந்திரத்தைத் தேடியளிக்கும் பணியிலே உங்களுக்கு ஓய்வு கிடைக்காது. அரசாங்கக் கல்வி நிலையங்களுக்கும் உங்களுடைய கல்வி நிலையங்களுக்குமுள்ள அடிப்படையான வேறுபாட்டை நீங்கள் சரியாக மனதில் வாங்கிக்கொண்டால், தேசிய ஸ்தாபனங் களில் சேர்ந்ததற்காக ஒரு நாளும் நீங்கள் வருந்தமாட்டீர்கள். ஆனால், இந்த ஸ்தாபனத்தில் சிலர்தானே சேர்ந்திருக்கிறார்கள் என்று எண்ணி நீங்கள் அடிக்கடி மனதைத் தொல்லைப்படுத்திக் கொள்ளுகிறீர்களென்பது எனக்குத் தெரியும். உங்களில் சிலர், பழைய கல்வி நிலையங்களை விட்டு வந்தது சரியல்ல என்றும் எண்ணு கிறீர்கள். அங்கேயே திரும்பப்போய் விடலாமா என்ற ஆசையும் சிலருக்கு அந்தரங்கத்திலே இருக்கிறது. நான் இங்கே ஒன்று சொல்லு வேன். எந்தப் பெரிய காரியத்தை வேண்டுமானாலும் எடுத்துக்கொள் ளுங்கள். அதைச் சாதிப்பதற்கு எத்தனை பேர் முன்வருகிறார்கள் என்பது முக்கியமல்ல. எத்தகைய உள்ளப்பண்பு வாய்ந்தவர்கள் முன்வருகிறார்கள் என்பதே இறுதியில் வெற்றியை நிர்ணயிக்கும் அம்சமாகும். உலகத்தில் மகத்தான காரியங்களைச் சாதித்த பெரியார் அனைவரும் எப்போதும் தனித்து நின்றே போராடியிருக்கிறார்கள். சௌராஸ்டிரா, புத்தர், ஏசுகிறிஸ்து, முகம்மது போன்ற மகத்தான தீர்க்கதரிசிகளின் வாழ்க்கையைக் கவனியுங்கள். அவர்களெல்லோரும் தனியாகவேதான் நின்றார்கள். அவர்களைப்போல இன்னும் எத்தனையோ பெரியவர்களை உதாரணமாகக் கூற முடியும். ஆனால் ஒன்று அவர்களுக்குத் தங்கள் கொள்கையிலே உறுதியிருந்தது. கடவுள்

மீதும் திடமான நம்பிக்கை வைத்திருந்தார்கள். கடவுள் தங்கள் பக்கம் இருந்ததாக அவர்கள் நம்பினதால், தனிமையாக நின்று போராடு கிறோமே என்ற அச்சம் அவர்களுக்கு ஏற்பட்டதே இல்லை. முகம்மது நபியின் வாழ்க்கையில் நடந்த ஒரு சம்பவத்தை இங்கே உங்களுக்கு ஞாபகமூட்டுகிறேன். முகம்மது நபியும் அவருக்கு சிஷ்யரான அபூபக்கரும் தப்பியோடிக் கொண்டிருந்தார்கள். எதிரிகள் அவர்களைத் துரத்திக்கொண்டு, சமீபத்திலே நெருங்கிவிட்டார்கள். அப்போது என்ன ஆகுமோ என்று அபூபக்கருக்கு நடுக்கமாயிருந்தது. அவர் முகம்மதைப் பார்த்துச் சொன்னார், 'நம்மைத் துரத்திக்கொண்டு வருகிற எதிரியின் கூட்டத்தைப் பாருங்கள். இத்தனை பேருக்கு எதிராக நின்று, நாம் இருவரும் என்ன செய்ய முடியும்?' என்றார். முகம்மது நபி கணமும் யோசனை செய்யாமல், தம் சீடரை இதமாகக் கண்டிக்கிற தொனியில், 'இல்லையப்பா, நாம் மூன்று பேர் இருக்கி றோம். கடவுளும் நம் பக்கத்தில் இருக்கிறார் அல்லவா?' என்றார். அது போகட்டும். விபீஷணன், பிரகலாதன் இவர்களுடைய அசைக்க முடியாத பக்தியைக் கவனியுங்கள். அதைப் போன்ற திடமான நம்பிக் கையும் உங்களுக்கு ஏற்படவேண்டுமென்றே நான் விரும்புகிறேன்.

**5. விபரீதமான செயல்**

கல்விக்காக அளவில்லாமல் நாம் செலவு செய்வது இருக்கவே இருக்கிறது. இந்தியாவில் கோடிக்கணக்கான மக்கள், சாதாரண வாழ்க்கைக்கு வேண்டிய வருவாய் கிடைக்காமல் துன்புறுகிறார்கள். கோடிக்கணக்கான பேர் சாப்பாட்டுக்கே இல்லாது சாகிறார்கள். இந்த நிலைமையிலே, நம் உறவினர் கல்வி கற்கப் பெருஞ்செலவிலே ஏற்பாடு செய்வது விபரீதமான செயலாகும். மனது விரிவடைவதற்கு கல்லூரிகளுக்கும் கலாசாலைகளுக்கும் போய்த்தான் ஆக வேண்டு மென்பதில்லை. கடுமையான அனுபவங்களிலிருந்தே மனது விரி வடைய வேண்டும். உயர்தரக் கல்வியென்று சொல்லுகிற கல்வி நமக்கு வேண்டாம். நம்மைச் சார்ந்தவர்களுக்கும் வேண்டாம் என்று நம்மில் சிலர் உறுதி கொள்ளும் போதுதான் வாஸ்தவத்திலே சிறந்ததொரு கல்வியை அளிப்பதற்கும் பெறுவதற்கும் உரிய உண்மையான வழியை நாம் காண முடியும். ஒவ்வொரு சிறுவனும் தான் படிப்பதற்குச் செலவாகும் பணத்தைத் தானே சம்பாதித்துக் கொள்ளும் முறை ஏற்பட வழியில்லையா? அந்த வழி இருக்க முடியாதா? இப்போது அப்படி ஒரு வழி இல்லாமல் இருக்கலாம். ஆனால், அந்த விஷயத்தில் ஒருசந்தேகமும் இல்லை. அதிகச்செலவு பிடிக்கும் கல்வி எங்களுக்கு வேண்டாமென்று ஒதுக்கிவிடும் போது, உயர்தரக்கல்வி வேண்டி யதுதான். ஆனால் இப்படி வேண்டாமென்று ஒதுக்கிவிட்டால்தான் நம்மைச் சூழ்ந்துள்ள நிலைமைக்குப் பொருத்தமான முறையில் அந்தக் கல்வியை நிறுவ வழி கண்டு பிடிப்பது சாத்தியமாகும், கோடிக்

கணக்கான மக்கள் அடைய முடியாத கல்வி நமக்கும் வேண்டாம் என்று உறுதியுடன் மறுத்துவிடுவதுதான் இந்த நிலைமையிலே சாலச் சிறந்ததாகும். வேண்டாமென்று நீக்குவதற்குரிய சக்தி திடீரென்று நம்மிடம் வந்துவிடாது: கோடிக்கணக்கான மக்ககளுக்குக் கிடைக்க முடியாத சொத்தும் பொருளும் போன்ற வசதிகள் நமக்கு உடனடியாக வேண்டாம் என்கிற மனநிலையை அதை அடுத்து முதலில் வளர்க்க வேண்டும்; அந்த நிலைக்குப் பொருத்தமான முறையிலே இயன்ற அளவு வாழ்க்கையைத் திருத்தியமைக்க வேண்டும்.

உறுதியோடு தம்மையே தியாகம் செய்யவல்ல தொண்டர் படையொன்று, பெரிதாக மிகமிகப் பெரிதாக, ஏற்படாதவரையில், பாமர மக்களிடையே உண்மையான முன்னேற்றம் ஏற்படுவது அரி தென்று நான் கருதுகிறேன். இந்த முன்னேற்றம் ஏற்படாமல் சுயராஜியம் அடைகிறதென்பதும் இல்லை. ஏழை மக்களுக்காகத் தங்களையும் தங்களுடைய தனத்தையும் அர்ப்பணம் செய்யத் துணியும் தொண்டர்களின் எண்ணிக்கை எவ்வளவுக்குப் பெருகுகிறதோ, அவ் வளவுக்குத்தான் சுயராஜியத்தை நோக்கி நாமும் முன்னேற முடியும்.

**6. கல்வி நிலையங்கள்**

தென்னாப்பிரிக்கா, இந்தியா இரண்டிலுமே கல்வி நிலையங்கள் சம்பந்தமாய் எனக்குச் சிறிது அனுபவம் உண்டு. கல்லும் சாந்தும் கொண்டு கட்டிய கட்டடங்கள் மட்டும் கல்வி நிலையங்கள் ஆகா. உண்மையான சிறுவர் சிறுமியரே நாள்தோறும் இத்தகைய நிலையங் களைக் கட்டுபவர்கள் ஆவர். பள்ளிக்கூடங்கள் எனும் பெயரால் மிகப்பெரியதாகவும் சிற்ப நூல் முறைப்படியும் கட்டப்பட்ட அனேக கட்டடங்களை நான் பார்த்திருக்கிறேன். அவை யாவும் சுண்ணாம் படித்த வெறும் கல்லறைகளேயன்றி வேறில்லை. இதற்கு நேர் மாறாகவுள்ள சில பள்ளிக்கூடங்களும் உண்டு. அவை தினந்தோறும் பணமின்றிக் கஷ்டப்படுவதைக் காணலாம். பணத்தேவை இருப்பதன் காரணமாகவே அந்த நிலையங்கள் நாள்தோறும் ஆன்மநெறியில் முன்னேறிச் செல்கின்றன. எவரை நீங்கள் இதயக் கமலத்தில் வைத்துப் பேரரசர் என்று போற்றுகிறீர்களோ, எவரை உலகத்து மக்கள் பெரிய மகான்களில் ஒருவராக மதிக்கிறார்களோ, அவர் தாம் செய்த உப தேசங்களையெல்லாம் மனதினால் கட்டப்பட்ட மாளிகையிலிருந்து செய்யவில்லை. மகிமை பொருந்திய மரத்தின் நிழலில் இருந்து கொண்டுதான் உபதேசித்தார். இலங்கையிலுள்ள எந்தப் பையனும் எந்தச் சிறுமியும் வந்து படிப்பதற்குத் தகுந்த விதமாகவும் ஏற்ற விதமாகவும் இதைப்போன்ற கல்வி நிலையங்களின் குறிக்கோள் அமைய வேண்டும் என்று சொல்ல விரும்புகிறேன்.

# தாய்மொழியில் கல்வி

**1.. தாய்மொழியில் கல்வி**

புனிதமான இந்த நகரில் அமைந்துள்ள இப்பெரிய கலாசாலையின் நிழலில் நின்றுகொண்டு, என்னுடைய சொந்த நாட்டினரோடு நான் இன்று அந்நிய மொழியில் பேசும்படியாக நேர்ந்திருக்கிறது. இழிவான இந்த நிலைமையை எண்ணுந்தோறும் எனக்கு உண்டாகும் அவமானம் கொஞ்சநஞ்சமல்ல. இங்கே இந்த இரண்டு நாட்களாகத் தொடர்ந்து ஆங்கிலத்தில் பிரசங்கங்கள் நடந்து வருகின்றன. இந்தப் பிரசங்கங்களை எத்தனையோ பேர் விடாமல் கேட்டு வந்திருக்கிறார் கள். அப்படிக் கேட்டவர்களை, கேட்ட விஷயங்களைப்பற்றி, பரீட்சை செய்வதாக வைத்துக்கொள்ளுவோம். நான் பரீட்சை செய்பவனாக இருக்கும்பட்சத்தில் இந்தப் பரீட்சையில், பெரும்பாலோர் தவறி விடுவார்கள் என்பது திண்ணம். ஏன்? இந்தச் சொற்பொழிவுகள் கேட்டவர்களுடைய இதயத்தைத் தொடவில்லை, டிசம்பர் மாதத்தில் பம்பாயில் கூடிய மகத்தான காங்கிரஸ் கூட்டத்திற்கு நான் போயிருந் தேன். அங்குக் கூடியிருந்த கூட்டம் இதைவிட எத்தனையோ மடங்கு பெரியது. ஹிந்துஸ்தானியில் பேசிய பேச்சுகளே அனைவருடைய உள்ளத்தையும் கவர்ந்தன. இதை நீங்கள் நம்புவீர்களா? இது நடந்தது பம்பாயில்; காசியில் அல்ல! காசியில் இருப்பவர்கள் அனைவருமே ஹிந்தி பேசுபவர்கள், பம்பாயில் அப்படியல்ல அப்படியிருந்தும், ஹிந்தியில் பேசினால் விஷயத்தை எளிதாகப் புரிந்து கொள்ளு கிறோம். இதற்குக் காரணம், பம்பாயில் வழங்கும் மொழிகளுக்கும் ஹிந்திக்கும் அதிக வேற்றுமையில்லாததே. ஆங்கில மொழி அப்படி யல்ல. அது, இந்திய மொழிகளிலிருந்து பெரிதும் வேறுபட்டிருக்கிறது. அதனால்தான் காங்கிரஸ் கூட்டத்தில் ஹிந்தியில் பேசும்போது, பொதுமக்கள் அந்தப் பேச்சுகளை நன்றாகப் புரிந்து கொள்ள முடிகிறது. இங்கே கல்வி பயில வரும் மாணவர்களுக்கு அவரவர் தாய் மொழி மூலமாகவே கல்வி போதிக்கப்படும் என்று நம்புகிறேன். உயர்ந்த கருத்துகளை வெளியிடுவதற்கு ஏற்ற சொற்கள் நம் தாய் மொழிகளில் இல்லையென்று யாரேனும் எண்ணுவார்களானால், நாம் உயிரோடு இருப்பதைவிட இறந்தொழிவதே மேல் என்று

எனக்குப்படுகிறது. மக்களுடைய அறிவின் வளர்ச்சியைத் தானே பிரதிபலிக்கிறது மொழி? ஆங்கில மொழி எக்காலத்திலாவது இந்திய தேசிய மொழியாக வர முடியுமென்று கனவு காண்வர்கள் இங்கு யாரேனும் இருக்கிறார்களா? ('ஒரு நாளுமில்லை, ஒரு நாளுமில்லை என்ற கூச்சல்') எதற்காக இந்த முட்டுக்கட்டை, நமக்கு! ஆங்கிலேய இளைஞரோடு நம் இளைஞர்களை ஒப்பிட்டுப் பார்த்தால், நம் நாட்டு இளைஞர்கள் மிகவும் கீழான நிலையில் இருக்கிறார்கள். ஆங்கிலக்கல்வி பயில வேண்டியிருப்பதனால், நம் இளைஞர்களின் நிலை எவ்வளவு மோசமாய் இருக்கிறதென்பதைச் சிறிது சிந்தித்துப் பாருங்கள். புனாவிலுள்ள சில பேராசிரியர்களுடன் நெருங்கிப் பேசும் சந்தர்ப்பம் எனக்குக் கிடைத்தது. 'இந்திய இளைஞர்கள் கல்வியறிவு பெறுவதற்கு ஆங்கில மொழியைக் கருவியாகக் கொண்டிருப்பதனால் தங்கள் வாழ்க்கையில் விலை மதிக்க முடியாத ஆறு வருஷ காலத்தை வீணே செலவிடும்படி நேரிடுகிறது' என அந்தப் பேராசிரியர்கள் என்னிடம் கூறினார்கள். இந்தியாவில், பள்ளிக்கூடங்களிலும் கல்லூரி களிலும் எத்தனை ஆயிரம் மாணவர்கள் ஆங்கிலம் பயிலுகிறார்கள்? ஒரு மாணவர் ஆறு வருஷ காலத்தை இழந்துவிடுகிறான் என்றால், இந்திய மாணவர்கள் எல்லோருமாகச் சேர்ந்து எத்தனை ஆயிரம் ஆண்டுகளை இழந்துவிடுகிறார்கள்! இந்நாட்டுக்கு எத்தனை ஆயிரம் ஆண்டுகள் வீணாகின்றன? எது சம்பந்தமாகவும் நாமாகத் தொடங்கு வதற்கு வேண்டிய ஊக்கம் நம்மிடத்தில் இல்லை. பிறருடைய தூண்டுதலின்றி நாமே ஒரு காரியத்தையும் செய்து கொள்ளத் தெரியாது என்று நம் மீது குறை கூறுகிறார்கள். நம் வாழ்நாளில், சிறந்த இளம் பருவத்தை, அந்நிய மொழி ஒன்றைப் படித்து, அதிலே நிபுணத்துவம் பெறுவதற்கென்று செலவிட்ட பின், நம்மிடத்து ஊக்கம் எப்படி மிஞ்சியிருக்க முடியும்? ஆங்கிலமொழியில் நிபுணத் துவம் அடைகிற விஷயத்திலும் நமக்குத் தோல்விதான். நேற்றும் இன்றும் இங்கு பேசியவர்களில் மிஸ்டர் ஹிக்கின்பாதம்போல, கேட்பவர்கள் மனதில் பதியும்படி பேச யாருக்காவது முடிந்ததா? அவருக்கு முன் பேசியவர்கள், கேட்டோர் இதயத்தைப் பிணிக்க முடியவில்லையென்றால், அது அவர்கள் குற்றமல்ல. அவர்கள் பேசிய பேச்சுகளில் நல்ல கருத்துகள் நிரம்பியிருந்த போதிலும் அவை நம் இதயத்திலே பதியவில்லை. ஆங்கிலக்கல்வி முறையால் கேடே விளைந்ததென்று கருதலாம். ஆனால் இன்று இந்தியாவில் முன்னணி யில் நிற்பவர்களும், தேசத்திற்காகப் பாடுபடுபவர்களும் ஆங்கிலம் படித்த இந்தியர்கள்தானே என்று சிலர் வாதம் செய்கிறார்கள். நாம் பயிலுகிற ஒரே கல்வி ஆங்கிலக்கல்வி. இந்தக்கல்வியைக் கற்றதற்கு நாம் ஏதாவது செய்ய வேண்டாமா? இல்லையேல் எவ்வளவு கேவல மான காரியம் அது? இருக்கட்டும். சென்ற ஐம்பது வருஷ காலமாகத் தாய் மொழி மூலமாகவே நாம் கல்வி பயின்றதாக வைத்துக்கொள்ளு

வோம். அப்படிப் பயின்றிருந்தால், இன்று என்ன ஏற்பட்டிருக்கு மென்று நினைக்கிறீர்கள்? இன்று, சுதந்திர இந்தியாவிலே வாழ்ந்து வருவோம். நம்மிடையே படித்தவர்களாயுள்ளவர்கள் தங்கள் சொந்த நாட்டில் அந்நியர்களைப் போல வாழாமல், நாட்டு மக்களின் இதயத்தில் பதியும்படி பேசி உறவாடும் தன்மை பெற்றிருப்பார்கள். பரம ஏழைகளினிடையே வசித்து அவர்கள் தொண்டு புரிந்து இருப் பார்கள். இந்த ஐம்பது வருஷ காலத்தில் அவர்கள் பெற்றிருக்கும் அனுபவமும், அறிவும் தேசத்துக்குப் பயன்படக்கூடிய ஒரு செல்வமாக இருந்திருக்கும். (கைதட்டு) இன்றைய நிலைமையில், நம் மனைவியர் கூட, நம் அறிவியல் வாழ்க்கையில் பங்கு பெற இயலவில்லை. ஜகதீஸ்சந்திர போஸையும் ஆசிரியர் ரேயையும் பாருங்கள். அவர்கள் எவ்வளவு அரிய ஆராய்ச்சிகளைச் செய்திருக்கிறார்கள்? அவர் களுடைய ஆராய்ச்சிகள் யாவும் ஆங்கிலத்தில் செய்யப்பட்டுள்ளன. பொது மக்கள் தெரிந்து கொள்ளும் மொழியில் இவை அமைந்திருந் தால் எவ்வளவு நன்றாயிருக்கும்? அப்படி இல்லாதது அவமானமான காரியம் அல்லவா?

**தாய்மொழிக் கல்வியே அடிப்படையானது**

மிகவும் ஏழைகளாயுள்ள குழந்தைகள் வந்து படிக்க இயலாதவாறு பள்ளிக்கூடச் செலவுகள் நாள்தோறும் அதிகரித்த வண்ணம் இருக் கின்றன. இந்தியாவிலோ, செலவு ஏற்கனவே அதிகமாகி விட்டது. இந்த நாட்டிலும் அப்படியே செலவு அதிகமாகி வருவதைக் காண் கிறேன். இத்தகைய பயங்கரமான தவறு நேராதவாறு நாம் எல்லோரும் கவனம் செலுத்த வேண்டும். இல்லையேல், வருங்கால சந்ததியினரின் நியாயமான வெறுப்புக்கு நாம் ஆளாக நேரும். அவ்விதம் நேராதவாறு செய்ய விரும்பினால் ஆரம்ப முதல் கடைசி வரை யாவற்றையுமே பிள்ளைகளுக்குச் சிங்கள மொழி மூலம் கற்பிக்க வேண்டும். இதை நான் வற்புறுத்திக் கூறுகிறேன். ஒரு நாட்டைச் சேர்ந்த குழந்தைகள் அந்த நாட்டுக்குரிய தாய்மொழியில் கல்வி பயிலுவார்களேயானால், கல்வியைப் பற்றிய வரையிலே, நிச்சயமாக, அது தற்கொலைக்கு ஒப்பாகும். அந்நிய மொழியில் கல்வி கற்பது, பிறப்புரிமையையே பறித்துவிடுகிறது. இளம் பிள்ளைகளுக்கு அளவில்லாத வருத்தத்தைக் கொடுப்பதோடு அவர்களிடம் காணப் படும் நூதன இயல்புகளை எல்லாம் பாழாக்கிவிடுகிறது. அவர் களுடைய வளர்ச்சியைக் குன்றச்செய்துவிடுகிறது. குடும்ப வாழ்க்கை யோடு தொடர்பு அற்றதாய் ஆக்கிவிடுகிறது. இப்படிப்பட்ட போக்கி னால், நாட்டுக்கு முதல் தரமான பெருத்த கேடு விளையும் என்று நான் கருதுகிறேன்.

# நம் கல்விப் பிரச்சனையின் முக்கியமான சில அம்சங்கள்

(1917ஆம் ஆண்டில் புரோச் நகரில் நடைபெற்ற இரண்டாவது குஜராத் கல்வி மாநாட்டில் காந்திஜி நிகழ்த்திய தலைமை உரை கீழே கொடுக்கப்பட்டிருக்கிறது.)

இந்த மாநாட்டைக் கூட்டியுள்ள நிறுவனத்துக்கு மூன்று குறிக்கோள்கள் இருக்கின்றன:

(1) கல்வியைப் பற்றிய பிரச்சனைகளில் பொது மக்களின் கருத்தை உருவாக்குவதும், அதை வெளிப்படுத்துவதும்.

(2) குஜராத்தில் உள்ள கல்விப் பிரச்சனைகளைப் பற்றித் தகுந்த முறைகளை மேற்கொண்டு பிரசாரம் நடத்துவது.

(3) குஜராத்தில் கல்வி வளர்ச்சிக்காக உருவான நடவடிக்கைகளை எடுத்துக்கொள்வது.

இந்த நோக்கங்களைப் பற்றி நான் நன்கு சிந்தனை செய்து பார்த்தேன். அதன் பலனாக நான் சில திட்டவட்டமான முடிவுகள் செய்திருக்கிறேன். அவற்றை இப்போது உங்கள் முன்பு சமர்ப்பிக்கிறேன். அவற்றை நீங்கள் ஏற்றுக்கொள்ளுவீர்கள் என்றும் நம்புகிறேன்.

கற்பிக்கும் மொழியைப் பற்றி ஒரு முடிவுக்கு வருவதுதான் இந்த விஷயத்தில் நாம் செய்ய வேண்டிய முதல் காரியம் என்பதைத் தெளிவாகப் புரிந்துகொள்ள வேண்டும். அதைச் செய்தாலொழிய, மற்ற முயற்சிகளெல்லாம் அநேகமாகப் பயனற்றுப் போகும் என்றே நான் அஞ்சுகிறேன். கற்பிக்கும் மொழியைப் பற்றி முதலில் சிந்திக்காமல் கல்வி போதிப்பது, அஸ்திவாரம் இல்லாமல் மேல் கட்டடத்தை எழுப்புவது போல் இருக்கும். இந்த விஷயத்தைப் பற்றிக் கல்வித் துறையில் உள்ளவர்களிடையே இருவிதமான கருத்துகள் நிலவி வருகின்றன. தாய்மொழியின் மூலம், கல்வி கற்பிக்கப்பட வேண்டும் என்று சிலர் கருதுகிறார்கள். ஆங்கிலத்தின் மூலமே கற்பிக்கப்பட வேண்டும் என்று மற்றும் சிலர் வாதிடுகிறார்கள். இரு சாராரும் தங்களுடைய கருத்துதான் சரியானது என்று

உண்மையாகவே நம்புகிறார்கள். ஏனெனில், இரு தரப்பினருமே நாட்டின் நலனில் அக்கறை உள்ளவர்கள். ஆனால், நம்முடைய நோக்கத்திற்கு வெறும் நல்லெண்ணம் மட்டும் போதாது. சில சமயங்களில் நல்ல நோக்கம் நாம் விரும்பாத இடங்களுக்கும் நம்மைக் கொண்டு போய்விடுகிறது என்பது உலகத்தின் அனுபவமாகும். ஆகையால், இந்த இரு கருத்துகளிலுமுள்ள நல்லது, கெட்டதை முழுமையாகப் பரிசீலனை செய்து, முக்கியமானதும் மிகப் பெரியதுமான இந்தப் பிரச்சனைக்குத் திருப்திகரமான தீர்வு காண முயற்சி செய்ய வேண்டும்; சாத்தியமானால், ஏகமனதாகத் தீர்வு காண வேண்டும். இது மிகவும் முக்கியமான பிரச்சனை என்பதில் சந்தேகம் இல்லை. இதைப் பற்றிய பரிசீலனைக்காக நாம் எவ்வளவு சிந்தனையைச் செலவிட்டாலும் தகும்.

கற்பிக்கும் மொழி என்பது இந்தியா முழுமைக்கும் சம்பந்தமுள்ள விஷயமாகும். ஆனால், ஒவ்வொரு மாநிலமும் தானே இந்த விஷயத்தை முடிவு செய்து கொள்ளலாம். இது சம்பந்தமாக ஒரு ஒருமித்த கருத்து உருவாகும் வரையில், குஜராத் தனியாகத் தனக்கென்று ஒரு முடிவு செய்துகொண்டு, முன்னேறிச் செல்ல முடியாது என்று நினைப்பது தவறாகும்.

ஆயினும், இதைப் பற்றி மற்ற மாநிலங்களில் என்ன செய்திருக் கிறார்கள் என்பதைக் கவனித்து, நம் சங்கடங்களில் சிலவற்றைத் தீர்த்துக்கொள்ளலாம். வங்காளப் பிரிவினைக் காலத்தில், அங்கு சுதேசி இயக்கம் உச்ச நிலையில் இருந்தது. அப்போது வங்காள மொழியின் மூலம் கல்வி கற்பிக்க வங்காளத்தில் முயற்சி செய்யப்பட்டது. தேசியப் பள்ளிகளும் கல்லூரிகளும் அங்கு ஆரம்பிக்கப்பட்டன. பணத்துக்குப் பஞ்சமில்லை; தேவைக்கு அதிகமாகவே பணம் வந்துகொண்டு இருந்தது. ஆனால், அந்தப் பரீட்சை தோல்வியடைந்துவிட்டது. அந்தச் சோத னையை நடத்தியவர்களுக்கே அதில் நம்பிக்கை இல்லை என்பதே என்னுடைய தாழ்மையான கருத்தாகும். அதில் பங்குகொண்ட ஆசிரியர்கள் விஷயமும் அப்படித்தான். வங்காளத்தில் உள்ள படித்த வகுப்பினருக்கு ஆங்கில மொழியில் மிகுந்த மோகம் இருக்கிறது. வங்காளர்களுக்கு ஆங்கில மொழியிலும் இலக்கியத்திலும் உள்ள ஆழ்ந்த புலமைதான், சமீப காலத்தில் வங்காள இலக்கியம் இவ்வளவு முன்னேற்றம் அடைந்ததற்கு முக்கிய காரணம் என்று கூறப்படுகிறது. ஆனால், எளிதாகச் சொல்லப்படும் இந்தக் கூற்றுக்கு உண்மை நில வரங்கள் முரணாக இருக்கின்றன. நம் அன்புக்குப் பாத்திரமான கவி ரவீந்திரநாத் தாகூரின் வசீகரமான இலக்கிய நடையின் உயர்வுக்குக் காரணம், ஆங்கிலத்தில் அவருக்கு உள்ள ஞானம் அல்ல. தம்முடைய மொழியில் அவருக்குள்ள பற்றுதல்தான் அந்த உயர்வுக்குக் காரணம் என்று சொல்ல வேண்டும். கீதாஞ்சலி முதலில் வங்காள மொழியில் தான் எழுதப்பட்டது. வங்காளத்தில் எப்போதும் அவர் தமது தாய்

மொழியைத்தான் உபயோகிக்கிறார். இன்றைய இந்தியாவின் நிலைமையைப் பற்றி சமீபத்தில் அவர் கல்கத்தாவில் செய்த சொற்பொழிவு, வங்காள மொழியில்தான் இருந்தது. அப்பகுதியிலுள்ள மிகப் பிரபலமான ஆண், பெண்களில் சிலர் அந்தச் சொற்பொழிவைக் கேட்கப் போயிருந்தார்கள். தேன்மாரி பொழிந்தாற்போல் சுமார் ஒன்றரை மணி நேரம் அவர் கூட்டத்தினரின் கவனத்தைக் கவர்ந்தார் என்று அந்தச் சொற்பொழிவைக் கேட்டவர்களில் சிலர் என்னிடம் கூறியிருக்கிறார்கள். ஆங்கில இலக்கியத்திலிருந்து தம்முடைய கருத்துகளை அவர் கடன் வாங்கிக் கொள்ளவில்லை. இந்த நாட்டின் சூழ்நிலையிலிருந்தே அவற்றைத் தாம் பெற்றதாக அவர் கூறுகிறார். மகத்துவம் பொருந்திய நம் இந்தியாவின் சூழ்நிலைதான் அவரை ஊக்குவித்திருக்கிறது. மற்ற வங்காள ஆசிரியர்களின் விஷயமும் இப்படித்தான் என்று நம்புகிறேன். உபநிடதங்களும் தாகூருக்கு ஊக்கம் அளித்திருக்கின்றன.

இமயமலையைப் போல் கம்பீரமும் சாந்தமும் உள்ள மகாத்மா முன்ஷிராம் இந்தியில் பேசும்போதும் ஆண்கள், பெண்கள், குழந்தைகள் யாவருமே மிகுந்த கவனத்துடன் அவர் பேசுவதை அனுபவித்துக் கேட்கிறார்கள். தம்முடைய ஆங்கிலத்தை ஆங்கில நண்பர்களுக்காக மட்டுமே அவர் ஒதுக்கி வைத்திருக்கிறார். அவர் ஆங்கில வார்த்தைகளை இந்தியில் மொழிபெயர்ப்பதன் மூலம் இந்தியை உருத் தெரியாமல் திரிப்பதில்லை, கெடுப்பதும் இல்லை.

நாட்டின் தேவைக்காகவே தம்மை அர்ப்பணம் செய்து கொண்டுள்ள, உயர்ந்த மனம் படைத்த மதன்மோகன் மாளவியாஜியின் ஆங்கிலம் வெள்ளியைப் போல் ஒளி வீசுகிறது என்று சொல்லுவார்கள். மாளவியாஜி சொல்லும் ஒவ்வொன்றிலும் ஆழ்ந்த கருத்து இருக்குமாதலின், வைஸ்ராய்கூட அவர் கூறும் விஷயங்களைக் கவனமாகச் சிந்திக்க வேண்டியிருக்கிறது. ஆனால், அவருடைய ஆங்கிலம் பளபளப்பான வெள்ளியைப் போல் இருக்கிறதென்றால், அவருடைய இந்தி கலப்பற்ற தூய்மையான தங்கத்தைப் போல் இருக்கிறது. மானஸரோவரிலிருந்து கங்கா நதி கீழே இறங்கும்போது தங்கத்தைப் போல் ஒளி வீசுமாம். அதைப் போலவே, மாளவியாஜியின் சொற்பொழிவுகளும் சிறிதும் குற்றம் குறையின்றிப் பளபளவென்று ஒளி வீசுகின்றன.

இந்த மூன்று பெரிய பேச்சாளர்களும் தங்களுடைய நாவன்மையை, தங்கள் தங்கள் தாய்மொழியில் உள்ள பற்றுதலிலிருந்துதான் பெற்றார்கள்; ஆங்கிலத்தில் தங்களுக்குள்ள அறிவிலிருந்து பெறவில்லை. சுவாமி தயானந்தர் இந்திக்கு மகத்தான தொண்டு புரிந்ததற்குக் காரணம் அவருக்கு இருந்த ஆங்கில அறிவு அல்ல; இந்தியில் அவருக்குள்ள பற்றுதலே ஆகும். மராத்தி மொழியை ஒளிவீசும்படி

செய்த துகாராம், ராமதாஸ் ஆகியவர்களுக்கும் ஆங்கில மொழிக்கும் எவ்வித சம்பந்தமும் இல்லை. நம்முடைய காலத்தில் பிரேமானந்த், சியாமள பட்டர், தளபத்ராம் ஆகியோர் குஜராத்தி இலக்கியத்தைப் பெரிதும் வளமுறச் செய்திருக்கிறார்கள். ஆங்கில அறிவுதான் அவர்களுடைய மகத்தான வெற்றிக்குக் காரணம் என்று சொல்ல முடியாது.

தாய்மொழியை வளமுறச் செய்வதற்குத் தேவையானது, தங்கள் மொழியில் உள்ள அன்பும் மதிப்பும் தானேயொழிய, ஆங்கில அறிவு அல்ல என்பதை மேலே காட்டிய உதாரணங்கள் ஐயமின்றி நிரூபிக்கின்றன.

பல்வேறு மொழிகளின் வளர்ச்சியையும் அபிவிருத்தியையும் பரிசீலனை செய்து பார்ப்போமாயின், இதே முடிவுக்குத்தான் வருவோம். மொழிகள், அவற்றை உபயோகிக்கும் மக்களின் தன்மையைப் பிரதிபலிக்கின்றன. தென்னாப்பிரிக்காவிலுள்ள ஸிதி வகுப்பினரின் தாய்மொழியைப் பரிசீலனை செய்து பார்த்தால், அவர்களுடைய நடத்தை, பழக்க வழக்கங்கள் பற்றிய தகவல்கள் கிடைக்கின்றன. ஒரு குறிப்பிட்ட மொழியைப் பேசுபவர்களின் தன்மைகள், செய்கைகளுக்கேற்ப அந்த மொழி உருப்பெறுகிறது. வீரம், நாணயம், அன்பு ஆகிய தன்மைகள் ஒரு மொழியில் காணப்படுவதில்லையென்றால், அந்த மொழியைப் பேசும் மக்களிடம் அந்தத் தன்மைகள் இராது என்று தயக்கமின்றிக் கூற முடியும். வீரம், அல்லது அன்பைக் குறிக்கும் வார்த்தைகளைப் பிற மொழிகளிலிருந்து கொண்டுவந்து சேர்ப்பதன் மூலம் ஒரு மொழி வளம் பெற்றுவிடாது; அதன் கருத்துச் செறிவும் பெருகிவிடாது; அல்லது அந்த மொழி பேசுபவர்களை வீரம் செறிந்தவர்களாகவோ அன்பு நிறைந்தவர்களாகவோ செய்துவிடாது. வீரத்தை யார் மீதும் திணித்துவிட முடியாது; அது இயற்கையாக உள்ளிருந்தே வர வேண்டும். ஏற்கனவே இருந்த அந்தத் தன்மை துருவின் மூட்டத்தினால் மறைந்திருக்கிறதென்றால், அந்தத் துருவை நீக்கிவிட்ட உடனேயே அது ஒளி வீச ஆரம்பித்துவிடும். நம்முடைய சொந்தத் தாய்மொழியில் பணிந்து போகும் தன்மையைக் குறிக்கும் வார்த்தைகளை அதிகமாகக் காண்கிறோம். பல ஆண்டுகளாக நாம் அடிமைத்தனத்தில் வாழ்ந்து வந்திருப்பதுதான் அதற்குக் காரணம். அதைப் போலவே கப்பல் அல்லது கப்பலைப் பற்றிய விஷயங்களைக் குறிப்பிடும் வார்த்தைகள் மிகவும் அதிகமாக உள்ள மொழி உலகத்தில் ஆங்கிலத்தைத் தவிர வேறு எதுவுமில்லை. துணிவும் ஊக்கமும் உள்ள ஒரு குஜராத்தி எழுத்தாளர், கப்பல்களைப் பற்றி ஆங்கிலத்தில் உள்ள நூல்களை குஜராத்தியில் மொழிபெயர்த்திருக்கிறார் என்று வைத்துக்கொள்வோம். இதனால் அவரது மொழியின் பரப்போ அல்லது சக்தியோ துளிக்கூட அதிகமாகிவிடாது. அதனால் கப்பல்களைப் பற்றி நமக்குள்ள அறிவும் கொஞ்சம்கூட அதிகமாகிவிடாது. ஆனால்,

நாமே கப்பல்கள் கட்டி கடற்படையை உருவாக்க ஆரம்பித்தவுடன் அதற்குத் தேவையான தொழில்நுட்ப வார்த்தைகள் தாமாகவே தோன்றிவிடும். குஜராத்தி இலக்கணம் பற்றி காலம் சென்ற ரெவரண்ட் டெய்லர் எழுதியுள்ள நூலிலும் இதே கருத்தைத் தெரிவித்திருக்கிறார். அவர் கூறுகிறார்:

"குஜராத்தி மொழி குற்றம் குறையற்றதுதானா, இல்லையா என்று விவாதிக்கப்படுவதைப் பற்றி அடிக்கடி கேள்விப்படுகிறோம். 'மன்னன் எவ்வழி மக்கள் அவ்வழி' என்று ஒரு பழமொழி உண்டு. 'ஆசிரியர் எப்படியோ அப்படித்தான் மாணவனும்' என்றும் ஒரு பழமொழி உண்டு. அதுபோலவே, 'பேசுபவன் எப்படியோ அப்படித்தான் மொழியும்' என்று நாம் சொல்லலாம். குஜராத்தி மொழியில் உள்ள குறைபாடுகள் காரணமாக சியாமள பட்டர் போன்ற மற்றக் கவிஞர் கள் தங்கள் சிந்தனைகளையும் உணர்ச்சிகளையும் தெரிவிப்பதற்குக் கஷ்டப்பட்டார்கள் என்று தெரியவில்லை. உண்மையில், புதிய வார்த்தைகளையும் பழைய வார்த்தைகளையும் அவர்கள் நன்கு தராதரம் பார்த்து உபயோகித்தார்கள். இதன் பலனாக அவர்கள் என்ன சொன்னாலும் எழுதினாலும் அது வழக்குக்கு வந்து, மக்களின் பேச்சில் சேர்ந்துவிட்டது."

"சில அம்சங்களில், உலகத்தில் உள்ள எல்லா மொழிகளுமே நிறைவில்லாதவைதான். மனிதனுடைய அறிவும் வர்ணிக்கும் சக்தியும் ஒரு அளவுக்கு உட்பட்டவைதான்; அவற்றை மீறிய சில விஷயங்களும் இருக்கின்றன. 'கடவுள்', 'முடிவில்லாதது' ஆகியவற்றை உதாரணங் களாகக் கூறலாம். மொழியின் வளர்ச்சி மனிதனுடைய அறிவாற்றலையும் சக்தியையும் பொறுத்திருக்கிறது. ஆகையால், எந்த ஒரு விஷயத்தையும் முழுமையாகப் புரிந்துகொள்ள முடிய வில்லையென்றால், அந்தத் தோல்வி மொழியையே சார்ந்தது. அந்த அளவுக்கு மொழி நிறைவற்றதாகவே இருக்கிறது. ஒரு மொழியை உபயோகிப்பவர்களின் மனத்தில் நிலவும் எண்ணங்கள் அந்த மொழியில் இடம்பெற்றிருக்க வேண்டும். பொதுவாக, மொழியின் அடிப்படைத் தத்துவம் இதுதான்."

# உண்மையான தேசியக் கல்வி

**1**

உண்மையில் கல்வி என்பது என்ன என்று மக்களுக்குத் தெரிய வில்லை. இந்த நிலைதான் உண்மையான சங்கடமாகும். நிலத்தின் விலையையோ, பங்கு மார்க்கெட்டில் பங்குகளின் விலையையோ மதிப்பிடுவதைப் போலவே, கல்வியைப் பற்றியும் மதிப்பிடுகிறோம். மாணவன் இன்னும் அதிகமாகச் சம்பாதிப்பதற்கு உதவி செய்யக்கூடிய விதத்தில் உள்ள கல்வியையே அளிக்க விரும்புகிறோம். படித்தவர் களின் ஒழுக்கத்தை அபிவிருத்தி செய்வதைப் பற்றி அநேகமாக நாம் சிந்திப்பதேயில்லை. பெண்கள் சம்பாதிக்க வேண்டிய அவசியம் இல்லையென்று சொல்லுகிறோம்; ஆகையால், அவர்கள் எதற்காகப் படிக்க வேண்டும்? இம்மாதிரியான எண்ணங்கள் இருந்து கொண்டி ருக்கும் வரையில் கல்வியின் உண்மையான மதிப்பைப் பற்றி நாம் எந்தக் காலத்திலும் அறிந்து கொள்வோம் என்ற நம்பிக்கைக்கே இடமில்லை.

(ஹிந்தியிலிருந்து மொழிபெயர்க்கப்பட்டது)

- 'இந்தியன் ஒபினியன்'

**2**

நம் ஆசிரியர்கள் மிகவும் உயர்ந்த தார்மிக ஒழுக்கம் உள்ளவர் களாக இருக்க வேண்டும். மிகவும் ஏழையான இந்தியன்கூட, மிகச் சிறந்த கல்வி பெறுவதற்கான நிலைமையைத் தோற்றுவிக்க வேண்டும். இலக்கிய அறிவும் தருமமும் ஒன்றுசேர்ந்து திருப்திகரமாக இருக்க வேண்டும். கல்வி என்பது நம் நாட்டில் உள்ள வாழ்க்கை நிலைமை களுடன் தொடர்பு உள்ளதாக இருக்க வேண்டும். ஓர் அந்நிய மொழி யைப் போதனா மொழியாக வைத்துக் கொண்டிப்பதால், நம் இளை ஞர்கள் மீது ஒரு பெரும் பாரம் சுமத்தப்பட்டிருக்கிறது. எனவே, அந்த பாரத்தை அகற்ற வேண்டும். இதை நிறைவேற்றும் விதத்தில் நம் கல்வியை மாற்றி அமைத்தாலொழிய, நம் மக்களுடைய வாழ்வின் தரத்தை உயர்த்த முடியாது.

ஒவ்வொரு மாநிலத்திலும் உள்ள மொழியின் மூலம் உண்மையான

தேசியக் கல்வி போதிக்கப்பட வேண்டும். ஆசிரியர்கள் நல்ல திறமைசாலிகளாக இருக்க வேண்டும். மாணவர்களுக்கு நல்ல குடிதண்ணீர், சுத்தமான காற்று, அமைதியான சூழ்நிலை உள்ள இடங்களில் பள்ளிக்கூடம் இருக்க வேண்டும். சுற்றுப்புறங்கள் ஆரோக்கியமானவையாக இருக்க வேண்டும். மாணவர்கள் இந்தியாவிலுள்ள மதங்களைப் பற்றியும் முக்கியமான தொழில்களைப் பற்றியும் விவரங்கள் தெரிந்துகொள்ளுவதற்குக் கல்வித் திட்டத்தில் ஏற்பாடு செய்ய வேண்டும்.

மகாராஷ்டிரத்தில் உள்ள படித்தவர்கள் செய்யும் தியாகத்தில் நாலில் ஒரு பங்கைக்கூட, குஜராத்தில் உள்ள படித்தவர்கள் செய்யவில்லை. நம் நண்பரின் திட்டத்தில் ஆசிரியர்களுக்கு ஒன்றுமே கிடைக்காது என்று சொல்லப்படவில்லை. ஆசிரியர்களுக்கு, அவர்களுடைய வாழ்க்கைக்குப் போதுமான அளவு நிச்சயமாகக் கிடைக்கும். ஆனால், ஆசிரியர்கள் தங்களுடைய தேவைகளுக்கு ஒரு வரம்பு ஏற்படுத்திக்கொள்ள வேண்டும் என்று எதிர்பார்க்கப் படுவார்கள். அப்படிச் செய்ய முடியாதவர்கள், இம்மாதிரி ஒரு நிறுவனத்தில் பணியாற்ற முடியாதென்பது தெளிவாகும்.

- 'நவஜீவன்' 21.9.1919

**3**

சுயராஜியம் வேண்டும் என்ற கோஷம் இன்று நம் நாட்டில் எழுந்திருக்கிறது. வெறும் கோஷத்தை எழுப்புவதால் மட்டும் வெற்றி கிடைத்துவிடும் என்றால், வெகு காலத்திற்கு முன்பே நாம் சுதந்திரம் பெற்றிருப்போம். ஆகையால், கோஷம் எழுப்புவது அவசியமாக இருக்கலாம். என்றாலும் அதுமாத்திரம் நம் நோக்கத்திற்குப் போதுமானதாகாது. உலகத்தில் எந்நாட்டில் மக்கள் சுதந்திரம் பெற்றிருந்தாலும் அதற்கு முன்பு அவர்கள் குறிப்பிட்ட காலம் வரையில் தங்களை அதற்குத் தயார் செய்துகொண்டு வந்திருக்கிறார்கள் என்பது கவனிக்கத்தக்கது. முதலில் அவர்கள் சுதந்திரமாகச் சிந்திக்கக் கற்றுக் கொண்டார்கள்; சுதந்திரமாக வாழவும் நடந்து கொள்ளவும் கற்றுக்கொண்டார்கள். அந்த நாடுகளின் மக்களுக்கு விஷய அறிவூட்டும் பொறுப்பை மக்கள் தாங்களே ஏற்றுக்கொண்டு, நிறைவேற்றியிருக்கிறார்கள் என்பதைக் காண்கிறோம். ஆனால், நம் நாட்டில் நாம் நேர் எதிர்த் திசையில் சென்று கொண்டிருக்கிறோம். நம் மக்கள் சுயராஜிய கோஷத்தை எழுப்பினாலும் நம்மிடையே சுதந்திரமான சிந்தனை இருப்பதற்கான அறிகுறிகள் காணப்படவில்லை; சுதந்திரமாக வாழ்வதற்கான முயற்சிகளும் தென்படவில்லை. நம் கல்வி முற்றிலும் அந்நியக் கல்வியாக இருக்கிறது. இந்த அந்நியக் கல்வியினால், ஏற்பட்டுள்ள விளைவுகள், அதனால் எழுந்துள்ள பிரச்சனைகள் ஆகியவற்றைப் பற்றியே முக்கியமாக இந்தக்

கட்டுரையில் விவாதிக்க விரும்புகிறேன். தேசியக் கல்வி முறை யொன்று இல்லாவிடில் நம்முடைய முயற்சிகள் எல்லாம் பயனற்ற தாகிவிடும். இன்றைக்கோ, சிறிது காலம் பொறுத்தோ, நாம் எப்போது சுயராஜியம் பெற்றாலும் தேசியக் கல்வி இல்லாவிடில் அது நீண்ட காலம் நிலைத்திருக்காது என்பதை நாம் நினைவில் வைத்துக்கொள்ள வேண்டும். ஒரு குழந்தையினுடைய வாழ்க்கையின் முதல் ஐந்து வருஷங்களைத் தவிர, மீதமுள்ள அவனுடைய கல்வி முழுவதும் அந்நிய மொழியிலேயே அளிக்கப்படுகிறது. மேலும், சில அம்சங்களில் முதல் ஐந்து வருஷங்களே மிகவும் முக்கியமானதும், உபயோகமானது மான காலமாகும். ஆனால், இந்தக் காலத்தில் மிகவும் சாதாரண ரகமான ஆசிரியர்களின் மூலமே கல்வி போதிக்கப்படுவது வழக்கமாக இருக்கிறது. பின்னர் ஆங்கிலம் ஆரம்பமாகிறது.

இந்தக் கட்டத்தில் பிள்ளைகள் முற்றிலும் வேறுவிதமான ஒரு உலகத்திற்கே போவது போல் இருக்கிறது. அவர்களுக்கு அளிக்கப் படும் கல்விக்கும் வீட்டில் நடக்கும் வாழ்க்கைக்கும் சம்பந்தமே இல்லாமலிருக்கிறது. தரையில் உட்கார்ந்துகொண்டு சந்தோஷமாகத் தங்களுடைய பாடங்களைக் கற்றுக்கொண்டிருந்த பிள்ளைகளுக்கு, இப்போது உட்காருவதற்கு பெஞ்சுகள் கிடைக்கின்றன. இன்றைக் கும்கூட, பெரும்பாலான வீடுகளில் தரையில் உட்காருவதுதான் வழக்க மாக இருக்கிறது. இதுவரையில், பையன்கள் ஹிந்துக்களாயிருந்தால், ஒரு வேஷ்டி, ஒரு சட்டை, ஒரு மேல்வேஷ்டியுடன் திருப்தியடைந் தார்கள். முஸ்லிம் பிள்ளைகளாயிருந்தால், வேஷ்டிக்குப் பதிலாக கால்சட்டை அணிவார்கள். ஆனால் இப்போது கோட்டும், கால் சட்டையும் அணிகிறார்கள். இதுவரையில் வீட்டிலேயே தயார் செய்த இறகுப் பேனாவை உபயோகித்துக் கொண்டிருந்தவர்களுக்கு, இப்போது இரும்பு முள் வைத்த பேனா வேண்டியிருக்கிறது. இவ்வா றாக, அவர்களுடைய வெளிவாழ்க்கையில் குறிப்பிடத்தக்க பல மாறுதல்கள் ஏற்பட்டுக் கொண்டிருக்கின்றன. வீட்டு வாழ்க்கைக்கும் பள்ளிக்கூடத்திற்கும் இடையே பெரும் வேற்றுமை இருக்கிறது. சிறிது சிறிதாக ஆனால் நிச்சயமாக இந்த மாறுதல் அவர்களுடைய உள் வாழ்க்கையிலும் புக ஆரம்பித்து வருகிறது. மாணவனின் வெளி வாழ்க்கையிலும் மனோபாவத்திலும் ஏற்படும் இம்மாறுதல்கள், அவனுடைய வீட்டையும் வீட்டில் அவன் பெற்றோர்கள் வாழ்க்கை நடத்தும் விதத்தையும் எப்படி பாதிக்கப் போகின்றன? தங்களுடைய பிள்ளை எந்தவிதமான கல்வி பெற்று வருகின்றான்? அவற்றைப் பற்றிப் பெற்றோர்களுக்கு ஒன்றுமே தெரியாது; அந்தக் கல்வியிலும் அவர்களுக்கு அதிக நம்பிக்கை இல்லை.

பையன் பணம் சம்பாதிப்பதற்கு அந்தக் கல்வி உதவியாக இருக்கும் என்பது மட்டும்தான் பெற்றோர்களுக்குத் தெரியும். அதுவே அவர் களுக்குத் திருப்தியளிக்கிறது. இந்த நிலைமை அதிக காலம் நீடித்தால்,

நாம் எல்லோருமே அந்நியர்களாகிவிடக் கூடும்! நாம் போராடும் சுயராஜியமும் கடைசியாக நமக்குக் கிடைக்கும்போது, அதன் தன்மையும் அந்நிய மணம் உள்ளதாகிவிடக் கூடும். இன்று நாம் எந்தச் சுமையின் கீழ் நசுக்குண்டிருக்கிறோமோ அது, சுயராஜியம் கிடைத்த பிறகு நீடிப்பதே பலனாக இருக்கக் கூடும். அதிலுள்ள மிக மோசமான அம்சம் இதுதான். இந்த அபாயத்திலிருந்து தப்புவதற்கு ஒரே ஒரு வழிதான் இருக்கிறது. நம் கல்வி முறையை அடியோடு மாற்றி அமைப்பதுதான்அந்த வழி. நாம் வகுக்கும் தேசியக் கல்வியில்:

1. கல்வி தாய்மொழியில் போதிக்கப்பட வேண்டும்.

2. ஒரு குழந்தை பள்ளிக்கூடத்தில் பெறும் கல்விக்கும் வீட்டின் சூழ்நிலைக்கும் இணக்கமான தொடர்பு இருக்க வேண்டும்.

3. பெரும்பாலான மக்களின் தேவைகளைச் சமாளிக்கக்கூடிய விதத்தில் அது அமைக்கப்பட வேண்டும்.

4. ஆரம்ப வகுப்புகளுக்கு நியமிக்கப்படும் ஆசிரியர்கள் முதல் வகுப்பிலிருந்தே திறமைசாலிகளாகவும் நல்ல ஒழுக்கம் உள்ளவர்களாகவும் இருக்க வேண்டும்.

5. கல்வி இலவசமானதாக இருக்க வேண்டும்.

6. இறுதியான மேல் நிர்வாகம் மக்களிடம் இருக்க வேண்டும்.

கல்வி தாய்மொழி மூலம் போதிக்கப்பட வேண்டும். கண் முன்பு தெரியும் இந்த உண்மையை நாம் நிரூபிக்க வேண்டும் என்று கேட்கிறார்கள். இது பரிதாபகரமானது. ஆங்கில மோகத்தின் கவர்ச்சியில் நாம் சிக்காமல் இருந்திருந்தால், மிகவும் அப்பட்டமான இந்த உண்மையை நிரூபிப்பதற்கான அவசியமே ஏற்பட்டிருக்க முடியாது.

ஆங்கிலத்தை ஆதரிப்பவர்கள் பின்வருமாறு கூறுகிறார்கள்:

1. ஆங்கிலத்தின் மூலம்தான் நாட்டில் ஒரு விழிப்பு ஏற்பட்டது.

2. ஆங்கில இலக்கியம் மிகவும் வளம் பொருந்தியது. விரிவானது. அதைக் கைவிடுவதென்பது பெரிய துரதிர்ஷ்டமாக முடியும். அது பூராவையும் நம் மொழியில் மொழிபெயர்ப்பதும் சாத்தியம் அல்ல.

3. ஆங்கிலத்தின் மூலம்தான் நாம் ஒற்றுமையை உண்டாக்க முடியும். இந்தியாவிலுள்ள பல்வேறு மொழிகளும் வளர்ச்சி பெற ஆக்கமளிப்பது, ஐக்கியத்தைக் குலைத்து, நாம் ஒரு சமுதாயத்தினர் என்ற உணர்ச்சி பெருகி வருவதைத் தடைப்படுத்துவதாகும்.

**4. ஆங்கிலம் ஆட்சி புரிவோரின் மொழி**

இவைதாம் ஆங்கிலத்தை ஆதரிப்பவர்களுடைய முக்கிய வாதங்களாகும். அவர்கள் இன்னும் எவ்வளவோ சொல்லுகிறார்கள். ஆனால், மேலே குறிப்பிடப்பட்டுள்ள வாதங்களில் உள்ளதைவிட அவற்றில் அதிக முக்கியத்துவமோ, சாரமோ இல்லை.

நாட்டில் நாம் காணும் விழிப்பு முழுவதும் ஆங்கிலத்தின் மூலம்தான் ஏற்பட்டது என்று சொல்லுவது, அரைகுறை உண்மையே யாகும். இந்த நாட்டில் கல்வி முழுவதும் ஆங்கிலத்தில் போதிக்கப் படுகிறது என்பதுதான் உண்மை. ஹிந்துக்கள் முழு மூடர்கள் அல்லவாகையால், அதில் உள்ள அம்சங்களைப் பிடித்துக் கொண்டு, பயன்படுத்திக் கொண்டிருக்கிறார்கள். ஆனாலும் மொத்தத்தில் இந்தக் கல்வியினால் கிடைத்துள்ள பலன் அதிருப்தியளிப்பதாகவே இருக்கிறது. இப்போதுள்ள கல்வி முறையில் சில பெரிய குறைபாடுகள் இருக்கின்றன என்பதை எல்லோரும் ஒப்புக்கொள்ளுகிறார்கள். ஐம்பது ஆண்டுகளுக்கு மேலாகவே அமலில் இருந்துவரும் ஒரு கல்வி முறையில் நாம் என்ன பலன்களை எதிர்பார்க்க உரிமையுண்டோ, அந்தப் பலன்களைப் பெறவில்லை. ஏன் அப்படி இருக்கிறது? ஆரம்பம் முதலே தாய் மொழியில் கல்வி போதிக்கப்பட்டிருந்தால், இதற்குள் அது நல்ல பலன்களை அளித்திருக்கும். இப்போது ஆங்கிலம் அறிந்த சிலருக்கு மட்டுமே தெரிந்திருப்பவை, கோடிக்கணக்கான நம் மக்களுக்கும் எட்டியிருக்கும். இப்போது ஆங்கிலம் தெரிந்த ஒரு சிலர் காட்டும் உணர்ச்சியையும் உறுதியையும் இவர்களும் காட்டி யிருப்பார்கள். இப்போது, நம் இளைஞர்கள் கல்லூரிகளில் தேர்ச்சி பெற்று வெளியே வரும்போது ஊக்கமற்றிருப்பது போலவே தோன்று கிறார்கள்; வேலை தேடி அலைந்து கொண்டிருக்கிறார்கள். அதற்குப் பதிலாக அவர்கள் தாய்மொழியில் கல்வி பெற்றிருந்தால் உருப்போட வேண்டிய சிரமம் இல்லாமல் உடலிலும் உள்ளத்திலும் அவர்கள் இன்னும் அதிக உறுதியுடன் இருந்திருப்பார்கள். அதன் பலனாக, அரசாங்க உத்தியோகங்களை மட்டமானவை என்று உதறித் தள்ளியிருப்பார்கள்.

ஆங்கில இலக்கியத்தைக் கைவிட்டுவிட வேண்டும் என்று யாரும் சொல்லவில்லை. அதில் உள்ள மிகவும் உயர்ந்தவற்றை நம்முடைய பல்வேறு மொழிகளிலும் மொழி பெயர்த்திருக்க வேண்டும். ஜப்பானிலும் தென்னாப்பிரிக்காவிலும் அப்படிச் செய்திருக்கிறார்கள். ஜப்பானில் சிலருக்கு ஜெர்மன், பிரெஞ்சு மொழிகளைக் கற்றுக் கொடுத்தனர். பின்னர் அவர்கள் ஜெர்மன், பிரெஞ்சு மொழிகளில் உள்ள நல்ல நூல்களை ஜப்பானிய மொழியில் மொழிபெயர்த்தனர். ஆங்கிலத்திலிருந்து ஜெர்மன் மொழி கற்றுக்கொள்ள வேண்டியது எதுவும் கிடையாது என்று அர்த்தமில்லை. அப்படியிருந்தும் எல்லா ஜெர்மானியர்களுமே ஆங்கிலம் கற்றுக்கொண்டுவிடுவதில்லை. எந்த ஜெர்மானியரும் ஆங்கிலத்தின் மூலம் கல்வி பெறுவதில்லை. ஒரு சில ஜெர்மானியர்களே ஆங்கிலம் கற்றுக் கொள்ளுகிறார்கள். பின்னர், தங்களுடைய நாட்டுக்குப் பலன் தரத்தக்கதாக இருக்கக்கூடும் என்று அவர்கள் கருதுவதை ஜெர்மன் மொழியில் மொழிபெயர்க் கிறார்கள். அதன் மூலம் தங்களுடைய தாய் மொழிக்குத் தொண்டு செய்கிறார்கள். நாமும் அதைப் போலவே செய்ய வேண்டும்.

ஆங்கிலத்தை உபயோகிப்பதன் மூலம் நாம் ஒற்றுமை உணர்ச்சி பெற்றிருக்கிறோம் என்ற எண்ணம் இருந்து வருகிறது. இந்த அந்நிய மொழி நம் நாட்டில் புகுத்தப்பட்ட பிறகுதான், நாம் ஒவ்வொருவரும் மாறுபட்டவர்கள் என்ற மாயத் தோற்றம் நமக்குத் தீவிரமாகத் தென்படத் தொடங்கியது. ஆனால், அந்த மாயையை நாம் புரிந்து கொண்ட பிறகு, அதை உதறித் தள்ளிவிட்டு, நம் தேசிய ஐக்கியத்தை மீண்டும் பெற முயற்சி செய்தோம் என்பதையும் ஒப்புக்கொள்ள வேண்டும். பல நாடுகளில் மக்களிடையே உள் ஒருமைப்பாடு, ஒரே மொழி பேசுவதால் ஏற்பட்டது அல்ல என்பதைக் காண்கிறோம். தென்னாப்பிரிக்காவில் இரண்டு மொழிகள் இருக்கின்றன. ஆனால், மக்களின் நான்கள் ஒன்றேயாகையால் அவர்கள் கனடாவிலும் அப்படித்தான். இங்கிலாந்து, ஸ்காட்லாந்து, வேல்ஸ் ஆகிய பகுதிகளில் இன்னமும் மூன்று வெவ்வேறு மொழிகளைத்தான் பேசுகிறார்கள். வேல்ஸின் மொழியான வெல்ஷ் மொழியை மீண்டும் வழக்கிற்குக் கொண்டு வர, ஸ்ரீலாயிட்ஜார்ஜ் பெரும் முயற்சிகள் செய்து வருகிறார். இருந்தாலும் பிரிட்டனின் மூன்று பகுதிகளிலும் தாங்கள் ஒரே சமுதாயத்தைச் சேர்ந்தவர்கள் என்ற உணர்ச்சி பலமாக இருக்கிறது. நம் நாட்டிலுள்ள பிரதேச மொழிகள் வளர்ச்சி அடைவது, நம் மக்களிடையே சமூக, அரசியல், பொருளாதார விழிப்பை உண்டு பண்ணும். நாடு என்ற முழுமையான சித்திரத்தில் தங்களுடைய நிலைமை என்ன என்பதை உணர்வார்கள்; வெவ்வேறு மாநிலங்களைச் சேர்ந்தவர்களாயிருந்தாலும் எல்லோரும் ஒரே படகில் செல்லுபவர்கள்தான் என்பதைத் தெரிந்து கொள்ளுவார்கள். இவ்வாறாக, அவர்கள் மொழி வேற்றுமைகளை மறந்து, அதற்காகப் போராடவும் ஆபத்துக்களிலிருந்து அதைக் காப்பாற்றவும் தயாராக இருப்பார்கள். மேலும், ஹிந்தியைக் கற்றுக்கொள்ள வேண்டியிருக்கும். ஆங்கிலம் பார்க்கும்போது, ஹிந்தி கற்றுக்கொள்ளுவதற்குத் தேவையான முயற்சி ஒன்றுமே இல்லை என்று சொல்லலாம்.

ஆங்கிலம் ஆட்சி புரிபவர்களின் மொழி என்பது, நம்மில் சிலர் இந்த அந்நிய மொழியில் சிறந்த தேர்ச்சி பெற வேண்டியிருக்கிறது என்பதற்கு அதிகமாக எதையும் நிருபிக்கவில்லை. ஆங்கிலத்தை நான் வெறுக்கவில்லை. அது அதற்கு உரிய ஸ்தானத்தில் இருக்க வேண்டும் என்றே கோருகிறேன். அப்போது அதன் தகுதியை உண்மையாக நாம் புரிந்து கொள்ள முடியும்; நம்மால் இயன்ற வரையில் இதன் மூலம் பலன் பெறவும் முடியும். ஆனால், நம் கல்விக்கு அது தொடர்ந்து பயிற்று மொழியாக இருக்க முடியாது; மாநிலங்களுக் கிடையே தொடர்பு வைத்துக் கொள்ளுவதற்கான மொழியாகவும் இருக்க முடியாது. நம்முடைய பள்ளிக்கூடங்களிலும் கல்லூரிகளிலும் மிகவும் உயர்தரக்கல்வியைக்கூடத் தாய்மொழியிலேயே போதிப்பதற்கு ஏற்பாடு செய்ய வேண்டும்.

பள்ளிக்கூடத்தில் அளிக்கப்படும் கல்விக்கும் வீட்டு வாழ்க்கைக்கும் இடையே இணக்கம் இருக்க வேண்டும். இதன் காரணம் என்ன என்பது வெளிப்படையாகும். இன்று அவ்விரண்டுக்குமிடையே அத்தகைய சுமூகமான தொடர்பு இல்லாமலிருக்கிறது. தேசியக் கல்வியில் அம்மாதிரி இணக்கம் ஏற்பட்டு, அது என்றும் இருக்கும்படி பார்த்துக் கொள்ள வேண்டும்.

இனி தேசியக்கல்வியின் மூன்றாவது அம்சத்தைக் கவனிப்போம். அதாவது, பெரும்பாலான மக்களின் தேவைகளைப் பூர்த்தி செய்யும் விதத்தில் அது அமைக்கப்பட்டிருக்க வேண்டும். நம் மக்களில் பெரும் பான்மையோர் விவசாயிகள். ஆரம்பம் முதலே நம் பிள்ளைகளுக்கு விவசாயம், நெசவு ஆகியவை கற்பிக்கப்பட்டிருந்தால், இந்த இரு வகுப்பினரின் தேவைகளைப் புரிந்து கொள்ள அவர்கள் கற்றுக் கொண்டிருந்தால், இத்தொழில்களில் சாத்திரீயமான அறிவை அந்த வகுப்பினர் பெற்றிருந்தால், இன்று நம் விவசாயிகள் நலமாகவும் சந்தோசத்துடனும் இருப்பார்கள். நம்முடைய கால்நடைகள் இன்று இருப்பதைப்போல் பலவீனமாகவும் நோயுற்றவையாகவும் இரா. நம் விவசாயிகள் வறுமையின் விளைவாக ஏற்பட்ட கடன்களின் சுமை யால் நசுக்குண்டிருக்க மாட்டார்கள். நம்முடைய உற்பத்திகளின் மூலப்பொருள்களாக முதலில் வெளிநாடுகளுக்கு அனுப்பப்பட்டு, பிறகு நம் செல்வத்தைச் சுரண்டிச்செல்வதற்காக உருவான பண்டங் களாக இங்கு திரும்பி வந்திரா. இன்று இத்தகைய நிலைமையைக் கண்டு வெட்கப்படவேண்டியிருக்கிறது. பருத்தி ஜவுளிகளுக்காக இங்கி லாந்துக்கு நாம் வருஷத்தில் ரூ.85 கோடி கொடுக்கும்படி நேர்ந் திராது. இப்போதுள்ள கல்விமுறை, நம்மை எஜமானர்களாக்கு வதற்குப் பதிலாக அடிமைகளாக்கியிருக்கிறது.

ஆரம்பக்கல்வியின் கீழ் வகுப்புகளில் உள்ள ஆசிரியர்கள் உயர்ந்த ஒழுக்கமுள்ளவர்களாக இருக்க வேண்டும், 'விளையும் பயிர் முளையிலே' என்று ஆங்கிலத்தில் ஒரு பழமொழி இருக்கிறது. நம் மிடையேயும் அது போன்ற ஒரு பழமொழி இருக்கிறது. குழந்தை களுக்கு விஷயங்கள் உடனடியாகப் பதியக்கூடிய பருவத்தில், அவர் களைத் திறமையற்ற ஆசிரியர்களிடம் ஒப்படைத்தோமானால், அவர் கள்(குழந்தைகள்) சிறந்த ஒழுக்கமுள்ள மனிதர்களாக வளருவார்கள் என்று எதிர்பார்க்க நமக்கு உரிமை கிடையாது. அப்படி எதிர் பார்ப்பது ஏதோ ஒன்றின் விதைகளை விதைத்துவிட்டு, அதிலிருந்து நல்ல ஒரு மலரை எதிர்பார்ப்பது போலவே மூடத்தனமாக இருக்கும். என்ன செலவானாலும் நம் குழந்தைகளுக்கு மிகச்சிறந்த ஆசிரியர் களையே தேடிப்பிடிக்க வேண்டும். பண்டைய காலங்களில் நம் குழந்தைகள் விவேகமும் நல்ல அறிவும் உள்ள ரிஷிகளிடமிருந்தும் முனிவர்களிடமிருந்தும் கல்வி பெற்றார்கள்.

கல்வி இலவசமானதாக இருக்க வேண்டும் என்பது தேசியக்கல்வியின் ஐந்தாவது தேவையாகும். கல்வி என்பது பணத்தைப் பொறுத்ததாக இருக்கக்கூடாது. சூரியன் எல்லோருக்கும் பொதுவாக ஒளி வீசுகிறது. மழை எல்லோருக்கும் பெய்கிறது. அது போலவே கல்வியும் யாவருக்கும் கிடைக்கும்படியாகச் செய்ய வேண்டும்.

கடைசியாக, கல்வித்திட்டத்தை வகுப்பது, அதை நிறைவேற்றுவது ஆகிய இரண்டுமே மக்களின் நிர்வாகத்தில் இருக்க வேண்டும். இந்தப் பொறுப்பை நிறைவேற்றுவதே கல்வியாகும். அந்த நிலைமையில், தங்கள் குழந்தைகளுக்கு அளிக்கப்படும் கல்வியில் மக்களுக்கு நம்பிக்கை இருக்கும்; அதில் தங்களுக்குள்ள பொறுப்பையும் உணருவார்கள். இந்தக் கட்டத்தை அடைந்து, நம் மக்களின் வாழ்க்கையில் கல்வி ஒரு முக்கியமான ஸ்தானத்தை வகிக்க ஆரம்பித்துவிட்டால், எந்தவிதமான கஷ்டமுமின்றி நாம் சுயராஜியம் பெறுவது சாத்தியமாக இருக்கும் ஆகையால் அத்தகைய கல்விக்கு ஏற்பாடு செய்வது நம்முடைய கடமையாகும். அப்படிச்செய்ய வேண்டும் என்று அரசாங்கத்தைக் கேட்பதும் நம் உரிமையாகும். ஆனால் இந்த விஷயத்தில் முதலில் நாமே காரியங்களைச் செய்ய ஆரம்பித்த பிறகுதான், அரசாங்கத்தை அணுக முடியும். ஆயினும், அத்தகைய ஒரு தேசியக் கல்வித் திட்டத்தை வகுப்பதற்கு நாம் என்ன நடவடிக்கைகள் எடுத்துக் கொள்ள வேண்டும் என்பதைப் பற்றி விவாதிப்பது இந்தக் கட்டுரையின் வரம்புக்கு உட்பட்டதல்ல.

*(‘ஆத்மதார்’ என்னும் மராத்தி மாதப் பத்திரிகையிலிருந்து எடுக்கப்பட்டது).*

# இயற்கைக்கு மாறான கட்டுப்பாடுகள்

தெற்கே உள்ள ஓர் உயர்தரப் பள்ளியின் ஆசிரியர், மாணவர்கள் உட்பட வேண்டியிருக்கும் சில நிர்ப்பந்தங்களை எடுத்துக்காட்டும் விவரங்களை எனக்கு அனுப்பியிருக்கிறார்:

ஒரு விநாடிகூடத் தாமதிக்காமல் இந்த நிர்ப்பந்தங்களில் பெரும்பாலானவற்றை அகற்றிவிட வேண்டும். மாணவர்களின் மனத்தையோ, ஆசிரியர்களின் மனத்தையோ சிறைப்படுத்தி வைக்கக் கூடாது. தாமோ அல்லது அரசாங்கமோ சிறந்த வழி என்று கருதுவதை ஆசிரியர்கள் தங்களுடைய மாணவர்களுக்கு எடுத்துக் காட்டத்தான் முடியும். அப்படிச் செய்த பிறகு மாணவர்களின் சிந்தனைகளையும் உணர்ச்சிகளையும் கட்டுப்படுத்த அவர்களுக்கு உரிமையில்லை. இதனால், அவர்கள் எந்தக் கட்டுப்பாட்டுக்கும் உட்பட வேண்டியதில்லை என்று அர்த்தமில்லை. கட்டுப்பாடு இல்லாமல் எந்தப் பள்ளிக்கூடத்தையும் நடத்த முடியாது. ஆனால், மாணவர்கள் எல்லாத் துறைகளிலும் வளர்ச்சி பெறுவதற்குத் தடையாயிருக்கும் இயற்கைக்கு மாறான நிர்ப்பந்தங்களுக்கும் கட்டுப்பாடுகளுக்கும் ஒரு தொடர்பும் இல்லை. மாணவர்கள் என்ன செய்கிறார்கள் என்று வேவு பார்க்கும் சூழ்நிலையில் இது சாத்தியமாக இராது. இதுவரையில் பகிரங்கமாக இல்லாவிடினும் உள்ளூர தேசிய விரோதமான ஒரு சூழ்நிலையில் அவர்கள் இருந்து வந்திருக்கிறார்கள். இப்போது இதை மாற்ற வேண்டும். தேசியத்தை வளர்ப்பது ஒரு நல்ல காரியமேயொழிய, அது ஒரு குற்றமல்ல என்பதை மாணவர்கள் அறிய வேண்டும்.

- 'ஹரிஜன்' 18.9.1937

# வளர்ப்பதா, உருக்குலைப்பதா?

சமீபத்தில் நான் திருவாங்கூரிலும் சென்னையிலும் சுற்றுப் பயணம் செய்து கொண்டிருந்தபோது, என்னைக் காண வந்த பெரும்பாலான மாணவர்களும் 'அறிவாளிகளும்', அறிவு வளர்ச்சியைக் காட்டு பவர்களாக இல்லாமல், அதை வீணடித்தவர்களாக இருந்ததைக் கண்டேன். இன்றைய கல்வி முறைதான் இந்த மோசமான போக்குக்கு ஆக்கம் அளிக்கிறது; மனத்தைத் தவறான வழியில் திருப்பிவிடுகிறது; அறிவு வளருவதற்குப் பதிலாக அது தடைபடச் செய்துவிடுகிறது. சேவாகிராமத்தில் நான் நடத்திய சோதனைகள், இந்தக் கருத்தை ஊர்ஜிதம்தான் செய்திருக்கின்றன. ஆனால், இந்தச் சோதனைகள் இன்னும் பூர்த்தி பெறவில்லை யாகையால், அவற்றை ஆதாரங்களாக எடுத்துக்காட்ட முடியாது. 1904ஆம் வருடத்தில் தென்னாப்பிரிக் காவில் நான் பீனிக்ஸ் குடியிருப்புத் திட்டத்தை ஸ்தாபித்தேன். கல்வி யைப் பற்றி அந்தக் காலத்திலிருந்து நான் கொண்டுள்ள அபிப் பிராயங்களைத்தான் இன்று கூறப் போகிறேன்.

கைகள், கால்கள், கண்கள், காதுகள், மூக்கு முதலிய உடல் உறுப்பு களுக்குச் சரியான தேர்ச்சியும் பயிற்சியும் கொடுப்பதன் மூலம்தான், அறிவுக்கு உண்மையான பயிற்சி கொடுக்க முடியும் என்று நான் கருதுகிறேன். அதாவது, ஒரு குழந்தையின் உடல் உறுப்புகளைப் புத்திசாலித்தனமான விதத்தில் உபயோகிப்பது அந்தக் குழந்தையின் அறிவு எளிதாகவும் சீக்கிரமாகவும் வளர்ச்சி பெறுவதற்குச் சிறந்த வழியாகும். புத்தியும் உடலும் சேர்ந்து வளர்ச்சி பெற வேண்டும். அதே சமயத்தில் உள்ளத்திலும் அதே மாதிரி விழிப்பு ஏற்பட வேண்டும். இல்லாவிடில், அறிவு மாத்திரம் வளர்ச்சி பெறுவது சீரானதாக இல்லாமல் அரைகுறையானதாக இருக்கும். ஆன்மிகப் பயிற்சி என்றால் உள்ளத்தின் பயிற்சியையே நான் குறிப்பிடுகிறேன். எல்லாத் துறைகளிலும் சரியான விதத்தில் மனம் வளர்ச்சி பெறுவது குழந்தையின் உடற்கல்வியையும் ஆன்மிக சக்திகளையும் பொறுத்திருக் கிறது. அவ்விரண்டும் பிரிக்க முடியாத ஒன்றாகும். ஆகையால், இந்தத் தத்துவத்தின்படி இவற்றைத் தனித்தனியாகவோ அல்லது ஒன்றில் லாமல் மற்றொன்றையோ வளர்க்க முடியும் என்று நினைப்பது முற்றிலும் தவறாகும்.

உடல், மனம், ஆன்மா ஆகியவற்றிலுள்ள பல்வேறு தன்மைகள் இணக்கமாக ஒன்றி இயங்காமலிருப்பதனால் ஏற்படும் தீய விளைவுகள் எல்லோரும் அறிந்ததே. அவை யாவும் நம்மைச் சுற்றி இருக்கின்றன. இப்போதுள்ள நம்முடைய விபரீதமான தொடர்பு களால் அவற்றை அறியும் திறனை நாம் இழந்துவிட்டோம். நம் கிராமங்களில் உள்ளவர்களை எடுத்துக்கொள்ளுங்கள். அவர்கள் தங்களுடைய குழந்தைப் பருவத்திலிருந்து, எந்தக் கால்நடைகளின் மத்தியில் வாழ்கிறார்களோ அவற்றைப் போலவே காலையிலிருந்து இரவு வரையில் தங்களுடைய வயல்களில் உழைத்துப் பாடுபடு கிறார்கள். அவர்களுடைய வாழ்க்கை சலிப்பை உண்டாக்குவதாகவும் முடிவற்றதாகவும் இருக்கிறது; ஒரு துளி விவேகமோ, உயர்தரப் பண்புகளோ இல்லாத யந்திரம் போன்ற ஒரே மாதிரியான வாழ்க்கையாக இருக்கிறது. மனத்தையோ, ஆன்மாவையோ அபிவிருத்தி செய்து கொள்ளுவதற்கான எல்லா வாய்ப்புகளும் பறிக்கப்பட்டுவிட்டதால், மிருகத்தைப் போன்ற நிலைக்கு அவர்கள் தாழ்ந்துவிட்டார்கள். வாழ்க்கை என்பது அவர்களுக்கு சோகம் நிறைந்த ஒரு குளறுபடியாகிவிட்டது. அவர்கள் எப்படியோ தட்டுத்தடுமாறி வாழ்க்கையை நடத்திக் கொண்டிருக்கிறார்கள். ஆனால், நகரங்களிலும் பள்ளிக்கூடங்களிலும் கல்லூரிகளிலும் இன்று கல்வி என்ற பெயரில் அளிக்கப்படுவது அறிவைச் சிதைப்பதாகவே இருக்கிறது. அறிவை வளர்ப்பது, உடல் உழைப்புடன் எவ்விதத் தொடர்பும் இல்லாத ஒன்று என்று அங்கே கருதப்படுகிறது. ஆனால், உடல் ஆரோக்கியத்துடன் இருக்க வேண்டுமானால் அதற்கு ஏதாவது தேகப் பயிற்சி வேண்டும்; ஆகையால், இயற்கைக்கு முரணானதும், வறட்டுத் தன்மையுள்ளதுமான ஏதோ ஒரு தேகப் பயிற்சியின் மூலம் அதைச் செய்வதற்கு வீணில் முயற்சி செய்கிறார்கள். பலன் இவ்வளவு விபரீதமானதாக இல்லையென்றால், அது விவரிக்க முடியாத அளவுக்கு நகைக்கத்தக்கதாக இருக்கும். இந்த முறையில் பயிற்சி பெற்று வரும் இளைஞன், உடல் உறுதியில் ஒரு சாதாரணத் தொழிலாளியுடன் போட்டி போட முடியாது. உடலைச் சற்று வருத்திக் கொண்டால்கூட அவனுக்குத் தலைவலி ஏற்பட்டுவிடுகிறது; சற்று வெய்யிலில் நின்றா லும் தலை சுற்ற ஆரம்பித்துவிடுகிறது. இதெல்லாம் மிகவும் 'இயற்கை யானது' என்று கருதப்படுவதுதான் ஆச்சரியம். உள்ளத்தின் தன்மை கள் சம்பந்தப்பட்ட வரையில், அவை தாறுமாறான வழியில் செல்ல அனுமதிக்கப்படுகின்றன; அல்லது எந்தவிதமான கட்டுப்பாடும் இல்லாமல் நினைத்தபடி போகும்படிவிட்டு விடப்படுகின்றன. தார்மிக, ஆன்மிக அராஜகம்தான் இதன் பலன். இந்த லட்சணத்தில், இது பாராட்டத்தக்க ஒன்றாகவும் கருதப்படுகிறது!!

இதற்கு மாறாக, அகக் கல்வி அளிக்கும் விஷயமாக ஆரம்பத்தி லிருந்தே கவனிக்கப்பட்டுவரும் ஒரு குழந்தையை எடுத்துக்

கொள்ளுங்கள். அவன் கல்வி பெறுவதற்காக நூற்றல், தச்சு வேலை, விவசாயம் போன்ற உபயோகமான ஒரு வேலை அவனுக்கு அளிக்கப்படுவதாக வைத்துக் கொள்ளுவோம். இந்த வேலைகளை எப்படிச் செய்ய வேண்டும், இவற்றிற்கான கருவிகளை எப்படி உபயோகிக்க வேண்டும், அந்தக் கருவிகளை எப்படிச் செய்ய வேண்டும் என்ற முழு விவரங்களும் அவனுக்குப் போதிக்கப்படு கின்றன என்றும் வைத்துக் கொள்ளுவோம். அப்போது அவன் உடல் கட்டுடன் வளருவான் என்பது மட்டுமல்ல; வெறும் புத்தகப் படிப்பாக இல்லாமல், அன்றாட சோதனை என்ற அனுபவத்தை அடிப்படை யாகக் கொண்ட நல்ல உறுதியான அறிவையும் அவன் பெறுவான். அவனுடைய அறிவு வளர்ச்சியில் கணிதமும், தன்னுடைய தொழிலைப் புத்திசாலித்தனமாகவும் திறமையாகவும் செய்வதற்கு வேண்டிய பல விஷயங்களும் சேர்ந்திருக்கும். இத்துடன், பொழுது போக்குக்காக இலக்கியமும் சேர்க்கப்பட்டால், பல துறைகளிலும் சீரான ஒரு கல்வியை அவன் பெறுவான்; அறிவு, உடல், ஆன்மா ஆகிய யாவும் தமது முழுப் பங்கைப் பெறும்; இவை இயற்கையான, சீரான முறையில் பூரணமாக வளர்ச்சி பெறும். மனிதன் என்பது வெறும் அறிவுப் பிண்டமல்ல, அல்லது மிருகத்தைப் போன்ற உடல் மாத்திரமல்ல, அல்லது உள்ளமும் ஆன்மாவும் மட்டும் மனிதனாகி விடுவதில்லை. பூரண நிலையை அடைவதற்கு இம்மூன்றும் இணக்கமாகவும் சீராகவும் ஒன்றுபட வேண்டும். கல்வியின் உண்மையான லாப நஷ்டத்திற்கு இதுதான் அளவுகோலாக இருக்கும். நாம் சுதந்திரம் பெற்ற பிறகுதான் இம்மாதிரியான கல்வியை அளிக்க முடியும் என்று சொல்லுவது, குதிரைக்கு முன்னால் வண்டியைக் கொண்டுபோய் நிறுத்துவது போலாகும். லட்சக்கணக்கான நம் மக்கள் தங்களுடைய தொழில்களைப் புத்திசாலித்தனமாகச் செய்வதற்குக் கற்றுக்கொடுத்து, எல்லோருடைய பொது நன்மைக்காகவும்தான் வாழ்கிறோம் என்பதையும் அவர்கள் உணரும்படி செய்தால், சுதந்திரம் நம்ப முடியாதபடி அவ்வளவு சீக்கிரத்தில் வந்துவிடும்.

- 'ஹரிஜன்' 8.5.1937

# நகர சபைகளும் ஆரம்பக் கல்வியும்

கேள்வி: "நம்முடைய முதியோர் கல்வித் திட்டங்களில் எந்த அம்சம் முக்கியமானது? எழுதப் படிக்கக் கற்றுக்கொள்வதைப் பெருக்குவதா அல்லது 'உபயோகமான அறிவை' போதிப்பதா? பெண்கள் கல்வியைப் பற்றி என்ன நினைக்கிறீர்கள்?"

பதில்: "வயது ஆகி, ஒரு தொழிலையும் செய்து கொண்டிருப்பவர்களின் முதல் தேவை எழுதப் படிக்கத் தெரிந்து கொள்ளுவதுதான். பெரும்பாலான மக்கள் எழுத்தறிவில்லாதவர்களாக இருப்பது, இந்தியாவின் பாவமும், வெட்கக்கேடான நிலைமையுமேயாகும். எனவே, இதை ஒழித்தாக வேண்டும். அகரவரிசையைப் போதிப்பதுடன் எழுத்தறிவிப்பு இயக்கம் முடிந்துவிடக் கூடாது. அத்துடன் உபயோகமான அறிவும் சேர்ந்தே அளிக்கப்பட வேண்டும். ஆனால், ஒரே சமயத்தில் இரண்டு குதிரைகளின் மீது சவாரி செய்வதைப் பற்றி நகர சபைகள் கவனமாக இருக்க வேண்டும்; இல்லாவிடில் அவர்கள் நிச்சயமாகத் தோல்வியடைவார்கள்."

"பெண்களிடையே உள்ள எழுத்தறிவின்மை சம்பந்தப்பட்ட வரையில், ஆண்களிடம் இருப்பதைப் போன்ற சோம்பேறித்தனமும் மந்தமும் அதற்குக் காரணமல்ல. தலைமுறை தலைமுறையாக, பெண்கள் கீழானவர்கள் என்ற நியாயமில்லாத ஒரு சம்பிரதாயம் இருந்து வருவதுதான் இதற்கு முக்கிய காரணம். தன்னுடைய துணையாகவும் 'மறுபாதியாகவும்' கருதுவதற்குப் பதிலாக, ஆண்கள் அவர்களை வீட்டு வேலை செய்யும் பணிப் பெண்களாகவும் தங்களுடைய போகத்திற்கான கருவிகளாகவும் மாற்றிவிட்டார்கள். இதன் பலனாக, நம் சமூகமே ஒரு அளவுக்குச் செயலற்றுப் போய் விட்டது. இனத்துக்கே தாய் பெண்தான் என்று சொல்லப்படுவது முற்றிலும் சரியானது. அவர்களுக்கு நாம் செய்துள்ள பெரிய தவறைப் போக்க வேண்டியது, நாம் நிறைவேற்ற வேண்டிய ஒரு முக்கியமான கடமையாகும்."

கேதா மாவட்டத்திலுள்ள கபத்வஞ்ஜைச் சேர்ந்த ஒரு நண்பர் கேட்டார்: "சில விஷயங்களைப் பற்றி, வெவ்வேறு சமயங்களில் நீங்கள் வெவ்வேறு கருத்துகளைத் தெரிவித்திருக்கிறீர்கள். தம்முடைய

இப்போதைய கொள்கைகளை எதிர்ப்பதற்காக நம்முடைய எதிரிகள் இந்தக் கருத்துகளைச் சில சமயங்களில் பயன்படுத்திக் கொள்ளு கிறார்கள். இந்த நிலைமையில் நாங்கள் என்ன செய்ய வேண்டும்?"

காந்திஜி பின்வருமாறு பதிலளித்தார்: "இந்த முரண்பாடுகள் பெயரளவில்தான். இவற்றைச் சுலபமாகச் சீர்படுத்திக்கொள்ள முடியும். இந்த விஷயத்தில் எப்போதும் ஒரு விதியைப் பின்பற்ற வேண்டும். அதாவது, முன்னர் சொல்லப்பட்ட கருத்துகளைவிட கடைசியாகக் கூறப்பட்டுள்ள அபிப்பிராயத்தையே பின்பற்ற வேண்டும். ஆனால், நான் முதலில் சொன்னதாக இருந்தாலும் கடைசி யாகச் சொன்னதாக இருந்தாலும் எந்தக் கருத்தும் உங்களுக்குப் பிடித்தமானதாயில்லையென்றால், அது உங்களைக் கட்டுப்படுத்த வேண்டியதில்லை. அதனால் என்னுடைய கருத்து தவறு என்று அர்த்தமில்லை. ஆனால், நீங்கள் புரிந்துகொள்ள முடியாத அல்லது பின்பற்ற முடியாத ஒரு கருத்தை ஒப்புக்கொள்ளுவது தவறாகும்."

- 'ஹரிஜன்' 18.2.1939

# கிராமக் கல்வி

'நவஜீவன்' பத்திரிகையில் இந்த அனுபந்தத்தை ஆரம்பிப்பதில் காகா சாகிபுக்குப் பல நோக்கங்கள் உண்டு. பள்ளிக்கூடம் போய் எழுதப் படிக்கக் கற்றுக்கொள்ள ஆரம்பிக்கும் வயதைத் தாண்டி விட்டவர்கள், குஜராத்தில் எத்தனையோ பேர் இருக்கிறார்கள். தங்கள் ஜீவனத்திற்காகப் பல தொழில்களைச் செய்துகொண்டே அவர்கள் குடும்பத்தை நடத்தி வருகிறார்கள். அத்தகையவர்களில் சுமார் பத்தாயிரம் கிராமவாசிகளுக்குக் கல்வியின் மிக முக்கியமான சில அம்சங்களை எடுத்துக் கூறுவதற்கு, இதை ஒரு சாதனமாகப் பயன்படுத்திக்கொள்ள வேண்டும் என்பது அவருடைய நோக்கங்களில் ஒன்றாகும். கிராமவாசிகளுக்கு நாம் அளிக்க விரும்பும் இந்தக் கல்வி முறைக்கு, இப்போதிருப்பதைவிட இன்னும் விரிவான முறையில் விளக்கம் தர வேண்டும். இந்தக் கல்வி, எழுதப் படிக்கக் கற்றுக் கொடுப்பதைவிட இன்னும் அதிகப்படியானதாக இருக்க வேண்டும். நடைமுறையில் மிகவும் உபயோகமான பல விஷயங்கள் கிராமவாசிகளுக்குத் தெரியாது. மேலும், பல அர்த்தமற்ற மூடநம்பிக்கைகளினாலும் அவர்கள் கஷ்டப்படுகிறார்கள். இந்த மூட நம்பிக்கைகளைப் போக்கி, இந்த அனுபவத்தின் மூலம் நம் விவசாயிகளுக்கு உபயோகமான அறிவைப் புகட்ட வேண்டும் என்று காகா சாகிப் விரும்புகிறார்.

தேகாரோக்கியம் சம்பந்தமாக கிராமங்களில் உள்ள நம் மக்களின் உடல் நலத்தைப் பேண முடியுமானால், ஆயிரக்கணக்கான ரூபாய் மீதமாகும். அந்த அளவுக்கு நம் மக்களின் பொருளாதார நிலைமையிலும் அபிவிருத்தி ஏற்பட முடியும். உடல் நலத்துடன் உள்ள ஒரு விவசாயி எவ்வளவு வேலை செய்ய முடியுமோ அந்த அளவுக்கு, உடல்நலிவுற்ற ஒரு விவசாயி செய்ய முடியாது என்பது வெளிப்படை. நம் நாட்டில் மரண விகிதம் எத்தனை இருக்கலாமோ அதைவிட அதிகமாக இருக்கிறது. இதன் மூலம் ஏற்படும் நஷ்டம் அற்பமானதல்ல.

நம்முடைய வறுமைதான் மோசமான நம்முடைய ஆரோக்கிய நிலைமைக்குக் காரணம் என்றும், வறுமையைப் போக்கிவிட முடியுமென்றால், நம் ஆரோக்கியமும் தானாகவே சீரடைந்துவிடும்

என்றும் சொல்லப்படுகிறது. அரசாங்கத்திற்குக் கெட்ட பெயரை உண்டுபண்ண வேண்டும் என்று விரும்பினால், அல்லது நம்முடைய கஷ்டங்களுக்கெல்லாம் முழுப் பொறுப்பையும் அவர்கள் மீது சுமத்த விரும்பினால்தான் அப்படிச் சொல்லலாம். ஆனால், இப்படிச் சொல்லுவதில் பாதி உண்மைகூட இல்லை. நம்முடைய மோசமான ஆரோக்கிய நிலைமைக்கு நம்முடைய வறுமை சிறிதளவுதான் காரணம். இது என்னுடைய அனுபவபூர்வமான கருத்தாகும். வேறு அம்சங்களும் இருக்கின்றன. ஆனால், இங்கு அவற்றை விவரிக்கப் போவதில்லை.

நம்முடைய அறியாமை, தவறான பழக்கங்கள் காரணமாகச் சில நோய்கள் வருகின்றன. இவற்றைச் சுலபமாக குணமாக்கிவிட முடியும். அத்தகைய முறைகளை வெளியிடுவதுதான் இந்தக் கட்டுரைத் தொடரின் நோக்கங்களில் ஒன்றாகும்.

இந்தக் கண்ணோட்டத்துடன் நம் கிராமங்களிலுள்ள நிலைமையைக் கவனிப்போம். பெரும்பாலான கிராமங்கள் குப்பை மேடுகளைப் போல் காட்சியளிக்கின்றன. சுகாதாரத்தையோ கண்ணியமான நடத்தையையோ பற்றி மக்களுக்கு உணர்வே இல்லை. எங்கு சிறுநீர் கழிக்கிறோம் என்று பார்ப்பதில்லை. தம் வீட்டு முற்றங்களையே அசுத்தப்படுத்திவிடுகிறார்கள். தாங்கள் கழிக்கும் சிறுநீரையோ, மலத்தையோ மண்ணைப் போட்டு மூடுவதுமில்லை. கிராமங்களிலுள்ள தெருக்கள் சுத்தமாகவே இருப்பதில்லை. திட்டுத் திட்டுகளாக மண்ணும் குப்பையும் காணப்படுகின்றன. இதனால் மனிதர்களோ, மாடுகளோ தெருக்களை உபயோகிப்பது கஷ்டமாகி விடுகிறது. குளங்கள் இருக்கும் ஊர்களில், குளங்கள் துஷ்பிரயோகம் செய்யப்படுகின்றன. மக்கள், தங்களுடைய துணிமணிகள், பாத்திரங் களைக் குளங்களிலேயே கழுவுகிறார்கள். மனிதர்கள், மாடுகள், இருவருமே குளிப்பதற்கு அதை உபயோகித்துக் கொள்ளுகிறார்கள். பக்கத்திலுள்ள நிலத்தில் மலம் கழித்துவிட்டு, சிறுவர்களும் பெரியவர் களும் குளங்களுக்கு வந்து சுத்தம் செய்து கொள்ளுகிறார்கள். இதில் மிகவும் மோசமானது என்னவென்றால், குடிப்பதற்கும் சமையலுக்கும்கூட இதே நீர்தான் உபயோகிக்கப்படுகிறது!!

எந்தவிதமான திட்டமும் இல்லாமல் வீடுகள் கட்டப்படுகின்றன. பக்கத்து வீட்டுக்காரர்களுக்கு அதனால் ஏதாவது அசௌகரியம் ஏற்படுமா, அந்த வீட்டில் வசிப்பவர்களுக்குப் போதிய வெளிச்சமும், காற்றும் கிடைக்குமா என்பதைப் பற்றியெல்லாம் நினைத்துப் பார்ப்பதேயில்லை.

கிராமவாசிகளிடையே ஒத்துழைப்பு இல்லை; இதனால் ஆரோக் கிய வாழ்வுக்குத் தேவையான அத்தியாவசிய உணவுப் பொருள் களைக்கூட அவர்கள் பயிரிடுவதில்லை. தம் ஓய்வு நேரத்தை அவர்கள்

நல்ல விதத்தில் பயன்படுத்திக் கொள்ளுவதில்லை; இதனால் அவர்களுடைய உடல் வளர்ச்சியோ, அறிவு வளர்ச்சியோ திருப்திகரமாக இருப்பதில்லை.

ஆரோக்கியம் பற்றிய விதிகள் அவர்களுக்குத் தெரியாதாகையால், தாம் நோயுறும்போது வைத்தியர்களிடம் போகாமல், மந்திரவாதிகளிடம் போய் தம் கஷ்டங்களை இன்னும் அதிகமாக்கிக் கொள்ளுகிறார்கள்; பணத்தைச் செலவு செய்கிறார்கள்; நோயை இன்னும் அதிகமாக்கி, நீடிக்கச் செய்கிறார்கள்.

கிராமவாசிகளின் பரிதாபமான வாழ்க்கைக்குக் காரணமான இந்த அம்சங்களையெல்லாம் விவாதித்து, அவற்றைப் போக்குவதற்கான யோசனைகளைக் கூற உத்தேசித்திருக்கிறோம்.

18.8.1929

# வீண் பயம்

கிராமவாசிகள் எல்லா நம்பிக்கையையும் இழந்துவிட்டார்கள் என்பதுதான் உண்மை. புதிதாக வருபவர்கள் யாவரும் தங்கள் குரல்வளையை நெறித்து, தங்களைச் சுரண்டுவதற்கே வருகிறார்கள் என்று அவர்கள் சந்தேகப்படுகிறார்கள். அறிவுக்கும் உழைப்புக்கும் சம்பந்தமில்லாமல் போய்விட்டதால், அவர்களுடைய சிந்தனைத் திறன் செயலற்றுப் போய்விட்டது. தங்களுடைய வேலை நேரங்களை அவர்கள் சரியாகப் பயன்படுத்திக் கொள்ளுவதில்லை. ஊழியர் இத்தகைய கிராமங்களுக்கு அன்பு உணர்ச்சியுடனும் நம்பிக்கையுடனும் போக வேண்டும். ஆண்டில் பாதி நாள் எந்த வேலையும் இல்லாமல், ஆண்களும் பெண்களும் சோம்பிக் கிடக்கும் இடங்களில், நாம் புத்திசாலித்தனத்துடன் ஆண்டு முழுவதும் உழைத்தால் அவர்களுடைய நம்பிக்கையைப் பெறாமல் இருக்க மாட்டோம். அவர்களிடையே நாணயத்துடன் நன்றாக உழைத்தால், நம் ஜீவனத்திற்கு வேண்டியதைச் சம்பாதித்துக் கொள்ளலாம் என்ற நம்பிக்கையுடன் ஊழியர்கள் இந்தக் கிராமங்களில் வேலை செய்ய முன்வர வேண்டும்.

“என் குழந்தைகள் என்ன ஆவது? அவர்களுடைய படிப்பு என்ன ஆவது?” என்று கேட்கிறார் வேலை செய்ய வரும் ஊழியர். நவீன முறையில்தான் அவர்களின் குழந்தைகள் கல்வி பெற வேண்டும் என்றால், இவர்களுக்குப் பலன் தரத்தக்க விதத்தில் நான் வழி காட்டுவதற்கு ஒன்றுமில்லை. அவர்களை நல்ல வலிமையான, நாணயமான, புத்திசாலித்தனமான கிராமவாசிகளாக்கி, தங்கள் பெற்றோர்கள் வேலை செய்யும் ஊரில் தங்களுடைய ஜீவனத்திற்கு வேண்டியதைச் சம்பாதிக்கக் கூடியவர்களாக்கிவிடுவது போதுமென் றால், அவர்களின் பெற்றோர்களுடைய வீட்டிலிருந்து கொண்டே அவர்கள் எல்லாப் படிப்பையும் பெறுவார்கள். அவர்களுக்கு விவரம் தெரிந்த தங்களுடைய கைகளையும் கால்களையும் சீராக உபயோகிக்கத் தெரிந்துகொள்ளும் வயது வந்தவுடனேயே, ஓய்வு நேரத்தில் அவர்களும் குடும்பத்திற்கு உழைத்துப் போடுபவர்களாகிவிடுவார்கள். ஒரு நல்ல வீட்டுக்குச் சமமான பள்ளிக்கூடமும் இல்லை; நல்லொழுக்கமுள்ள, நாணயமான பெற்றோர்களுக்குச் சமமான

ஆசிரியர்களும் இல்லை. தற்காலக் கல்வி, கிராமவாசிகளின் மீது பயனற்ற ஒரு பெரும் பாரமாயிருக்கிறது. அவர்களின் குழந்தைகள் அந்தக் கல்வியைப் பெறவே முடியாது; ஒரு நல்ல வீட்டில் அவர்கள் பயிற்சி பெற்றால், நவீனக் கல்வி இல்லாததால் அவர்களுக்கு ஒரு குறையும் ஏற்பட்டுவிடாது. கிராமத்தில் வேலை செய்யும் ஆண் ஊழியரோ அல்லது பெண் ஊழியரோ, குடும்பத்தை நல்ல முறையில் நடத்தக்கூடிய கண்ணியம் இல்லாதவர்களாக இருந்தால், கிராம ஊழியர் என்ற உயர்ந்த பெருமைக்கு அவர்கள் ஆசைப்படவே வேண்டாம்.

- 'ஹரிஜன்' 23.12.1935

# பள்ளிக்கூடப் புத்தகங்கள்

1

பொதுப் பள்ளிக்கூடங்களில் குழந்தைகளுக்காக உபயோகிக்கப்படும் புத்தகங்கள் தீமை விளைவிக்காவிடினும் பெரும்பாலும், பயனற்றவையாகவே இருக்கின்றன என்பதில் எனக்குச் சந்தேகமே இல்லை. அந்தப் புத்தகங்களில் பல, சாமர்த்தியமாக எழுதப்பட்டிருக்கின்றன என்பதை மறுக்க முடியாது. எந்தச் சூழ்நிலைக்காக, எந்த மாதிரியானவர்களுக்காக இந்தப் புத்தகங்கள் எழுதப்பட்டனவோ, அவர்களுக்கு அவை மிகச் சிறந்தவையாக இருக்கலாம். ஆனால், அவை இந்தியச் சிறுவர் சிறுமிகளுக்காகவோ அல்லது இந்தியச் சூழ்நிலைக்கு உகந்தவாறோ எழுதப்பட்டவையல்ல. அப்படி எழுதப்பட்டவை, விஷயத்தைச் சரிவரப் புரிந்து கொள்ளாமல் எழுதப்பட்ட போலிகளாகவும் மாணவர்களின் தேவைகளுக்கு ஏற்ற முறையில் இல்லாமலும் இருக்கின்றன. இந்த நாட்டில், அந்த மாநிலங்கள், அந்தந்த வகுப்புகளின் குழந்தைகளுக்கு ஏற்றவிதத்தில் தேவைகள் மாறுபட்டிருக்கின்றன. உதாரணமாக, ஹரிஜனக் குழந்தைகளின் தேவைகள், ஆரம்பக் கட்டங்களிலாவது மற்றக் குழந்தைகளின் தேவைகளிலிருந்து மாறுபட்டிருக்கின்றன.

ஆகையால், பாடம் கற்றுக்கொள்ளுபவர்களைவிடச் சொல்லிக் கொடுப்பவர்களுக்குத்தான் புத்தகங்கள் முக்கியமாக வேண்டும் என்ற முடிவுக்கு நான் வந்திருக்கிறேன். ஒவ்வொரு ஆசிரியரும், மாணவர்கள் விஷயத்தில் தமது கடமையைச் சரியாக நிறைவேற்ற வேண்டுமானால், தம்முடைய அன்றாடப் பாடங்களைத் தயார் செய்துகொள்ள வேண்டும். இந்த விஷயத்திலும்கூடத் தம்முடைய வகுப்பின் விசேஷத் தேவைகளை அனுசரித்தே அவர் தயாரிக்க வேண்டும்.

பாடம் கற்றுக்கொள்ள வரும் சிறுவர், சிறுமிகளின் சிறந்த அம்சங்களை வெளிக்கொணருவதுதான் உண்மையான கல்வியாகும். மாணவர்களின் மனத்தில் சீரில்லாத, தேவையில்லாத தகவல்களைத் திணிப்பதன் மூலம் இதைச் செய்ய முடியாது. அப்படிச் செய்தால், அது மாணவர்களின் தனித்தன்மையை நசுக்கிவிடும் ஒரு பெரும் பாரமாகிவிடுகிறது; அத்துடன் அவர்களை வெறும் யந்திரங்களாகவும்

ஆக்கிவிடுகிறது. நாமே இந்த முறைக்கு இரையாகாதவர்களாக இருந்திருந்தால், இந்தியா போன்ற ஒரு நாட்டில், எல்லோருக்கும் சேர்த்து ஒரே மாதிரியான கல்வியளிக்கும் இந்த முறையினால் எவ்வளவு தீங்கு ஏற்பட்டிருக்கிறது என்பதை வெகு காலத்திற்கு முன்பே உணர்ந்திருப்போம்.

பல நிறுவனங்கள் தங்களுக்கு வேண்டிய பாடப் புத்தகங்களைத் தாங்களே தயார் செய்துகொள்ள முயற்சிகள் செய்திருக்கின்றன. இந்த முயற்சிகளில் அவை சற்றேறக்குறைய வெற்றியும் பெற்றிருக்கின்றன. ஆனால், அவை நம்முடைய நாட்டின் அத்யாவசியமான தேவைகளைப் பூர்த்தி செய்யவில்லை என்பதே என்னுடைய கருத்தாகும்.

இங்கு நான் கூறும் கருத்துகள், என்னுடைய சொந்தக் கருத்துகள் என்று நான் உரிமை கொண்டாடவில்லை. மிகவும் கடுமையான பொறுப்புகளை நிறைவேற்ற வேண்டிய ஹரிஜனப் பள்ளிகளின் நிர்வாகிகள், ஆசிரியர்களின் சௌகரியத்திற்காவே இக்கருத்துகள் இங்கு திரும்பக் கொடுக்கப்படுகின்றன. சிறுவர்களுக்காக நிர்ணயிக்கப் பட்டிருக்கும் புத்தகங்களை, எப்படியாவது கிளிப் பிள்ளைகள் மாதிரி கற்றுக்கொண்டால் போதும் என்ற உயிரற்ற முறையில் அவர்கள் தங்களுடைய வேலைகளைச் செய்து கொண்டிருக்க முடியாது. அவர்கள் மகத்தான ஒரு பொறுப்பை ஏற்றுக்கொண்டிருக்கிறார்கள். அந்தப் பொறுப்பை அவர்கள் துணிச்சலுடனும் புத்திசாலித்தனமாகவும் நாணயமாகவும் நிறைவேற்ற வேண்டும்.

இந்த வேலை கடினமானதுதான். ஆனால், நிர்வாகியோ, ஆசிரியரோ முழு மனத்துடன் இதில் உழைத்தால் அப்படியொன்றும் கஷ்டமாக இராது. அவர் தம்மை மாணவர்களின் தந்தையாக நினைத்துக்கொண்டால், அவர்களுடைய தேவை என்ன என்பது உடனே அவருக்குப் புலப்படும்; அந்தத் தேவையையும் அவர் பூர்த்தி செய்வார். அதற்கான தகுதி அவரிடம் இல்லையென்றால், அந்தத் தகுதியைப் பெற அவர் முயற்சிக்க வேண்டும். சிறுவர், சிறுமிகளின் தேவைகளுக்குத் தகுந்த கல்வியைத்தான் அவர்களுக்கு அளிக்க வேண்டும் என்ற எண்ணத்துடன் நாம் ஆரம்பித்திருக்கிறோம்; ஆகையால் ஹரிஜன மாணவர்களின் ஆசிரியருக்கோ அல்லது மற்ற எந்த ஆசிரியருக்கோ அசாதாரணமான சாமர்த்தியமோ, வெளி விவகார அறிவோ தேவையாக இராது.

எந்தக் கல்வியின் முக்கியமான நோக்கமும், மாணவர்களின் நல்லொழுக்கத்தை உருவாக்குவதுதான். அதுதான் கல்வியின் நோக்கமாக இருக்க வேண்டும். ஆகையால், நல்லொழுக்கமுள்ள ஒரு ஆசிரியர் மனத் தளர்ச்சி அடைய வேண்டிய அவசியமே இல்லை.

- 'ஹரிஜன்' 11.2.1933

## 2

கல்வியின் நலன் என்ற கண்ணோட்டத்துடன் பார்க்கும்போது, பாடப் புத்தகங்களை மாற்றிக்கொண்டேயிருக்க வேண்டும் என்ற இந்த மோகம் நல்லதல்ல. பாடப் புத்தகங்கள் கல்விக்கு ஒரு சாதனமாகக் கருதினால், ஆசிரியர் நேரில் வாய்மொழியாகச் சொல்லிக் கொடுப்பது பயனற்றதாகிவிடுகிறது. பாடப் புத்தகங்களை வைத்துக் கொண்டு மாணவர்களுக்குப் பாடம் சொல்லிக்கொடுக்கும் ஒரு ஆசிரியர், சுயமாக எதையும் சொல்லிக் கொடுப்பதில்லை. ஆகையால், பாடப் புத்தகங்கள் எவ்வளவுக்கெவ்வளவு குறைவாக இருக் கின்றனவோ, அவ்வளவுக்கவ்வளவு ஆசிரியர்கள், மாணவர்கள் இரு வருக்குமே நன்மையாகும் என்று தோன்றுகிறது. பாடப் புத்தகம் என்பது ஒரு வியாபாரப் பொருளாகிப் புத்தகங்கள் எழுதும் ஆசிரியர் களுக்கும் அவற்றை வெளியிடும் பிரசுரகர்த்தர்களுக்கும் அவை அடிக்கடி மாறுவதில்தான் அக்கறை இருக்கிறது. பல சந்தர்ப்பங்களில் ஆசிரியர்களும் பரீட்சைத் தாள்களைச் சோதிப்பவர்களுமே பாடப் புத்தகங்களை எழுதுபவர்களாக இருக்கிறார்கள். தங்களுடைய புத்தகங்கள் வெளியிட வேண்டும் என்று விற்பனைப் புத்தகங்களைத் தேர்ந்தெடுக்கும் குழுவிலும் இத்தகையோர்தான் இருக்கிறார்கள். இவ்வாறாக, அந்த விஷச் சூழல் பூர்த்தியாகிவிடுகிறது. ஒவ்வொரு வருடமும் புதிய புத்தகங்களை வாங்குவதற்குப் பெற்றோர்களுக்குப் பணம் தேடுவதும் கஷ்டமாக இருக்கிறது. பையன்களும் பெண்களும் தூக்க முடியாமல் புத்தகங்களின் மூட்டையைச் சுமந்துகொண்டு பள்ளிக்கூடங்களுக்குப் போகும் காட்சி பார்ப்பதற்குப் பரிதாபமாக இருக்கிறது. இந்தப் பிரச்சனை பூராவையும் அடியோடு பரிசீலனை செய்ய வேண்டும். இதிலுள்ள வியாபார உணர்ச்சியை அடியோடு அகற்ற வேண்டும்; படிப்பவர்களின் நலன்கள் என்ற ஒரே கண்ணோட்டத்துடன் இப்பிரச்சனையை அணுக வேண்டும்.

அப்படிச் செய்தால், முக்கால் பங்கு பாட புத்தகங்களைக் குப்பைத் தொட்டியில் போட வேண்டியிருக்கலாம். என் விருப்பப்படி விடுவதாக இருந்தால், புத்தகங்கள் மாணவர்களுக்காக அன்றி, பெரும்பாலும், ஆசிரியர்களுக்கு உதவியாக இருக்கும்படி செய்து விடுவேன். மாணவர்களுக்கு மிகவும் அத்தியாவசியமானவை என்று கருதப்படும் புத்தகங்கள், பல வருடங்களுக்கு மாற்றாமல் வைக்கப்பட வேண்டும்; அப்போதுதான் மத்தியதர வகுப்புக் குடும்பங்கள் சுலபமாக அந்தச் செலவைத் தாங்க முடியும். பாடப் புத்தகங்களை அச்சிடுவது, வெளியிடுவது ஆகிய இரண்டையும் அரசே ஏற்றுக் கொள்ளுவது, இத்துறையில் முதல் நடவடிக்கையாக இருக்கலாம். புத்தகங்கள் அனாவசியமாகப் பெருகிக்கொண்டே போவதற்கு இது இயற்கையான ஒரு தடையாக இருக்கும்.

- 'ஹரிஜன்' 9.9.1939

# எழுத்தர்களின் உற்பத்தி

சென்னையிலுள்ள மாணவர்களாகிய நீங்களும், இந்தியா முழுவதிலும் உள்ள மாணவர்களும் லட்சியத்தை நிறைவேற்றக் கூடியதும், உங்களிடமுள்ள சிறந்த அம்சங்களை வெளிக்கொணரக் கூடியதுமான ஒரு கல்வியைப் பெற்று வருகிறீர்களா? அல்லது அரசு ஊழியர்களையும் வர்த்தக ஸ்தாபன எழுத்தர்களையும் உற்பத்தி செய்யும் தொழிற்சாலையாகிவிட்ட ஒரு கல்வியைப் பெற்று வருகிறீர்களா? அரசுத் துறைகளிலோ, வேறு துறைகளிலோ உத்தியோகம் பெறுவதுதான் நீங்கள் பெறும் கல்வியின் நோக்கமா? உங்களுடைய கல்வியின் நோக்கம் அதுதான் என்றால், நீங்கள் விதித்துக் கொண்டுள்ள இலட்சியம் அதுதான் என்றால், கவிஞர் கற்பனை செய்துள்ள இலட்சியம் ஈடேறவில்லை என்றே நான் அஞ்சுகிறேன். நவீன நாகரிகத்தை நான் கண்டிப்பாக எதிர்ப்பவன். இதை நான் சொல்லி நீங்கள் கேட்டிருக்கலாம் அல்லது படித்திருக்க லாம். இன்று ஐரோப்பாவில் என்ன நடந்து கொண்டிருக்கிறது என்பதை நீங்கள் கவனிக்க வேண்டுமென்று விரும்புகிறேன். நவீன நாகரிகத்தின் காலடியில் மிதிபட்டு ஐரோப்பா வேதனைப்பட்டுக் கொண்டிருக்கிறதென்ற முடிவுக்கு நீங்கள் வந்தால், நம் நாட்டிலும் அதே நாகரிகத்தைப் பின்பற்றுவதற்கு முன்பு நீங்களும் உங்கள் பெரியவர்களும் ஒரு முறைக்கு இரு முறையாகச் சிந்தித்துப் பார்க்க வேண்டும். ஒரு விஷயத்தில் உங்களுக்கு ஒரு சந்தேகமும் இருக்கக் கூடாது. நீங்கள் ஏற்றுக்கொள்ளத் தயாராக இருந்தாலொழிய, எந்த ஆட்சியாளரும் அதைக் கொண்டுவர முடியுமென்று நான் நம்பவேயில்லை. அப்படியே அந்தக் கலாச்சாரத்தை ஆளுபவர்கள் நம்மிடம் கொண்டு வந்தாலும் அதை நிராகரிக்கக்கூடிய சக்திகள் நம்மிடத்திலேயே இருக்கின்றன என்றே நான் நினைக்கிறேன்.

- 'காந்திஜியின் கட்டுரைகளும் பிரசங்கங்களும்' 27.4.1915

# அடிமைப்படுத்திய கல்வி

நமக்கு அளிக்கப்பட்டுள்ள ஆங்கிலக் கல்வி, அந்தக் கல்வி பெற்ற இந்தியர்களை அடிமைகளாக்கிவிட்டது என்று நான் உறுதியாக நம்புகிறேன். இந்திய மாணவர்களின் மனவலிமையை அது மிகவும் சோதித்துவிட்டது; பிறர் செய்வதைப் போலவே செய்பவர்களாக நம்மை ஆக்கிவிட்டது. தாய்மொழியைப் புறக்கணிக்கும் வேலை, ஆங்கிலேயர் ஆட்சியில் மிகவும் வருந்தத்தக்க அத்தியாயங்களில் ஒன்றாக இருந்திருக்கிறது. ஆங்கிலத்தில் சிந்தித்து, தமது சிந்தனைகளைப் பெரும்பாலும், ஆங்கிலத்திலேயே சொல்ல வேண்டும் என்ற நிர்ப்பந்தம் இல்லாதிருந்தால், ராம்மோகன்ராய் இன்னும் பெரிய சீர்திருத்தக்காரராக இருந்திருப்பார்; லோகமான்ய திலகர் இன்னும் பெரிய சிந்தனையாளராக இருந்திருப்பார். அவர்களுடைய சீர்திருத்தமும், புலமையும் மக்களிடையே ஆச்சரியமான பலன்களை விளைவித்திருக்கின்றன. இயற்கைக்கு மாறான ஒரு முறையின் கீழ் அவர்கள் பயிற்சி பெற்றிருக்கவில்லை யென்றால், பலன் இன்னும் பிரமாதமாக இருந்திருக்கும். ஆங்கில இலக்கியம் என்ற பொக்கிஷத்திலிருந்து அவர்கள் இருவரும் பயன் பெற்றிருக்கிறார்கள் என்பதில் சந்தேகமில்லை. தங்களுடைய தாய்மொழிகளின் மூலமே இந்த அறிவு அவர்களுக்குக் கிடைத்திருக்க வேண்டும். இன்னொருவர் செய்வதையே செய்யும் மக்களை உற்பத்தி செய்யும் எந்த நாடும் ஒரு சமுதாயமாக முடியாது. பைபிள் புத்தகம் ஒன்று இல்லாதிருந்தால், ஆங்கிலத்திற்கு என்ன நேர்ந்திருக்கும் என்று சிந்தித்துப் பாருங்கள். சைதன்யர், கபீர், நானக், குரு கோவிந்தசிங், சிவாஜி, பிரதாப் போன்றவர்கள் ராம் மோகன்ராயையும் திலகரையும்விடப் பெரிய மனிதர்கள் என்று நான் நினைக்கிறேன். ஒருவரை மற்றொருவருடன் ஒப்பிட்டுப் பேசுவது நல்லதன்று என்பதை நான் அறிவேன். எல்லோரும் அவரவர்கள் துறையில் பெரிய மனிதர்களே. ஆனால், பலன்களைக் கொண்டு பார்க்கும்போது, இன்னும் அதிருஷ்டவசமான நிலைமையில் பிறந்த அவர்களைப்போல் ராம்மோகன் ராயும் திலகரும் செய்த போதனைகள் மக்களிடையே அவ்வளவு நிரந்தரமானவையாக இல்லை. அவர்களுக்கு நேர்ந்த இடையூறுகளைப் பார்க்கும்போது, அவர்களைச் சூரர்கள் என்றே சொல்ல வேண்டும்.

அவர்கள் இருவரும் இன்னும் அதிகமான காரியங்களைச் சாதித்திருப்பார்கள். ஆங்கில அறிவு இல்லையென்றால் ராஜாராம் மோகன்ராயோ, திலகரோ அம்மாதிரி இருந்திருக்க முடியாது என்பதை நான் நம்பத் தயாராயில்லை. சுதந்திரம் பற்றிய கருத்துகளை உணர்ந்து கொள்ளவும் சிந்தனைத் தெளிவு பெறவும் ஆங்கில அறிவு அவசியமானது என்பது போன்ற பெரிய மூடநம்பிக்கை வேறு எதுவும் இந்தியாவில் கிடையாது. சென்ற ஐம்பது வருடங்களாக நாட்டில் ஒரே ஒரு கல்வி முறைதான் இருக்கிறதென்பதை நினைவில் வைத்துக் கொள்ள வேண்டும்; ஒரே ஒரு பயிற்று மொழிதான் நம்மீது சுமத்தப்பட்டிருக்கிறது. ஆகையால், இப்போதுள்ள கல்லூரிகளிலும் பள்ளிக்கூடங்களிலும் கல்வி பெற்றிராவிட்டால் நாம் எப்படி இருந்திருப்போம் என்று மதிப்பிடுவதற்கு நம்மிடம் ஆதாரங்கள் எதுவுமில்லை. ஆனால், ஒன்று மட்டும் நமக்குத் தெரியும். அதாவது ஐம்பது வருடங்களுக்கு முன்பு இருந்ததைவிட, இன்று நாம் மோசமான நிலைமையில் இருக்கிறோம்; இந்தியாவின் தற்காப்புத் திறமை குறைந்திருக்கிறது; மக்களின் தாங்கும் சக்தியும் குறைந்துள்ளது. அரசு முறையிலுள்ள குறைபாடுதான் இதற்குக் காரணம் என்று என்னிடம் சொல்ல வேண்டிய அவசியம் இல்லை. கல்விமுறைதான் அதிலுள்ள மிகப் பெரிய குறைபாடு ஆகும்.

அது திட்டமிடப்பட்ட விதமும் தவறு, பிறந்த விதமும் தவறு. ஏனெனில், இந்த நாட்டிலிருந்த கல்வி முறை துளிக்கூடப் பிரயோ சனமில்லை என்று ஆங்கில ஆட்சியாளர்கள் உண்மையாகவே நம்பினார்கள். அது பாவத்திலேயே வளர்க்கப்பட்டு வந்திருக்கிறது. ஏனெனில், இந்தியர்களின் உடல், உள்ளம், ஆன்மா மூன்றும் குன்றிவிடும்படி செய்வதே அதன் போக்காக இருந்திருக்கிறது.

- ‘எங் இந்தியா’ 27.4.1921

# ஒத்துழையாமையும் தற்காலக் கல்வியும்

**இன்றைய கல்வி முறை**

கல்வி என்ற சொல் இப்போது வெகுவாக அடிபட்டுக் கொண்டிருக்கிறது. அநேகமாக ஒவ்வொருவருமே அதைப் பற்றி ஏதாவது சொல்லிக் கொண்டிருக்கிறார்கள். பள்ளிகளில், அரசுப் பள்ளிகளாயிருந்தாலும் தனியார் பள்ளிகளாயிருந்தாலும் மாணவர்கள் நிறைந்திருக்கிறார்கள். கல்லூரிகளும் அப்படியே இருக்கின்றன. குஜராத் கல்லூரியில் சேர விரும்பிய பல மாணவர்கள் ஏமாற்றத்துடன் திரும்ப வேண்டியதாயிற்று. ஆனால், கல்வி பெற வேண்டுமென்ற விருப்பம் இப்படி அதிகமாகிக் கொண்டிருந்த போதிலும் கல்வி என்றால் உண்மையில் என்ன என்பதைப் பற்றி யாரும் யோசித்துப் பார்ப்பதில்லை. இதுவரையில் நாம் பெற்றுள்ள கல்வி நமக்கு ஏதாவது நன்மை செய்திருக்கிறதா? ஆம் என்றால், அதற்காகச் செலவிட்ட பணத்திற்கும் நேரத்திற்கும் ஏற்ற அளவில் அது இருக்கிறதா? கல்வி என்பதன் அர்த்தத்தைப் பற்றிக் கவனம் செலுத்தப்படவில்லையென்றால், அதன் நோக்கங்களைப் பற்றியும் அப்படித்தான். சில ரக அரசுப் பணிகளுக்குத் தங்களைத் தகுதியாக்கிக் கொள்வதே பெரும்பாலானவர்களின் நோக்கம் என்று தோன்றுகிறது. சாதாரணமாகப் பல்வேறு தொழில்களைச் சேர்ந்தவர்கள், கல்வி கற்ற பிறகு, தங்களுடைய பழக்கமான தொழில்களைக் கைவிட்டுவிட்டு வாழ்க்கைக்காக வேறு உத்தியோகங்களைத் தேடி அலைகிறார்கள். அத்தகைய உத்தியோகங்கள் பெறுவது, தங்கள் வகுப்பிலுள்ள மற்றவர்களிடையே தங்களுக்கு இன்னும் ஓர் உயர்ந்த அந்தஸ்தை அளிக்கும் என்று அவர்கள் நினைக்கிறார்கள். நம் பள்ளிக்கூடங்களில் கொல்லர்கள், கருமான்கள், தச்சர்கள், தையற்காரர்கள், செருப்புத் தைப்பவர்கள் போன்ற பல்வேறு தொழில் சாதிகளைச் சேர்ந்த பிள்ளைகள் இருக்கிறார்கள். ஆனால், அவர்கள் கல்வி கற்ற பிறகு, தம்முடைய பரம்பரையான தொழில் திறமையை உயர்த்திக்கொண்டு, அதை மேலும், அபிவிருத்தி செய்வதற்குப் பதிலாக அவை ஏதோ மட்டமானவை என்று கைவிட்டுவிடுகிறார்கள்; ஓர் எழுத்தர் வேலை பெறுவதே கௌரவமானது என்றும் நினைக்கிறார்கள். அவர்

களுடைய பெற்றோர்களும் இதே மாதிரி தவறாகத்தான் நினைக்கிறார்கள். இவ்வாறாகச் சாதி, கர்மா என்ற இரு கண்ணோட்டங்களுடனும் பார்த்தால்கூட, அடிமைத்தனத்தில் நாம் இன்னும் ஆழ்ந்து சிக்கிக்கொள்ளுகிறோம். இந்த நாட்டைச் சுற்றி நான் செய்த பிரயாணங்களில், இந்த நிலைமை எங்குமே இருப்பது கண்டு பல சமயங்களில் கண்ணீர் வடித்திருக்கிறேன்.

கல்வி என்பது ஒரு கருவியே தவிர, அதுவே ஒரு குறிக்கோள் அன்று. நல்ல ஒழுக்கத்தை வளர்ப்பதற்கு உதவி செய்யும் கல்வி முறையைத்தான் உண்மையான கல்வி என்று சொல்ல முடியும். இப்போது நம் பள்ளிக்கூடங்களில் நிலவும் கல்வி முறையினால் இந்தப் பலன் ஏற்படுகிறது என்று யாரும் உண்மையில் கூற முடியாது. அதற்கு மாறாக, இளம் வயதினர் தங்களுடைய ஒழுக்கத்தின் நல்ல அம்சங்களைப் பள்ளிக்கூடங்களில் இழந்திருக்கிறார்கள் என்பதற்குப் பல உதாரணங்கள் இருக்கின்றன. பள்ளிக்கூடங்களுக்கும் மாணவர்களின் இல்லங்களுக்குமிடையே இணக்கம் இல்லாதவரையில், மாணவர்கள் இரு வழிகளிலும் கஷ்டப்படுவார்கள் என்று பட்சபாதமற்ற ஆங்கில எழுத்தாளர் ஒருவர் ஒரு சமயம் கூறினார். அவர்கள் பள்ளிக்கூடத்தில் கற்றுக்கொள்ளுவதும் வீட்டில் கற்றுக் கொள்ளுவதும் ஒன்றுக்கொன்று முரணானவையாக இருக்கின்றன. பள்ளிக்கூட வாழ்க்கை என்பது, வீட்டிலுள்ள வாழ்க்கைக்கு நேர்மாறானதாக இருப்பதால், பாடப் புத்தகங்களின் மூலம் போதிக்கப்படும் கல்வி, உபதேசம் செய்வதற்கு மட்டும் தகுதி பெற்று, நடைமுறையில் செய்து காட்ட முடியாதவர்கள் அளிப்பது போன்று போலியானதாக இருக்கிறது. இப்படிப் பெறும் அறிவை, நம்முடைய வீட்டு வாழ்க்கையில் பலன்தரத்தக்க விதத்தில் பயன்படுத்திக் கொள்ள முடியாது. பள்ளிக்கூடத்தில் என்ன சொல்லிக் கொடுக்கப்படுகிறது என்பது பெற்றோர்களுக்குத் தெரியாது; அதைப் பற்றி அவர்கள் கவலைப்படுவதும் இல்லை. இறுதிப் பரீட்சைக்காக அவர்கள் அலுப்பூட்டும் விதத்தில் தங்கள் பாடங்களைப் படிக்க வேண்டியிருக்கிறது. இந்தப் பரீட்சை முடிந்தவுடன் அவர்கள் படித்ததையெல்லாம் சீக்கிரத்தில் மறந்தும்விடுகிறார்கள். மேல் நாட்டு முறைகளை நாம் அப்படியே காப்பி அடிக்கிறோம் என்று சில ஆங்கில விமர்சகர்கள் நம்மீது கூறும் குற்றச்சாட்டில் உண்மை இல்லாமலில்லை. அவர்களில் ஒருவர் நம்மை மை ஒற்றும் காகிதத்திற்கு ஒப்பிட்டிருக்கிறார். அதிகப்படியான மையை அந்தக் காகிதம் உறிஞ்சிக்கொள்வதைப் போல், நாமும் தேவையற்றவற்றையே எடுத்துக் கொள்ளுகிறோம். அதாவது, மேற்கத்திய நாகரிகத்திலுள்ள கெட்ட அம்சத்தையே நாம் எடுத்துக் கொள்ளுகிறோம். ஓர் அளவுக்கு இது நம்முடைய போக்கையும் நடத்தையையும் சரியாகவே எடுத்துக் காட்டுகிறது என்பதை நாம் ஒப்புக்கொள்ளத்தான் வேண்டும்.

இந்த மாதிரி நிலைமைக்கு என்ன காரணம் என்று நான் யோசித்துப் பார்த்திருக்கிறேன். ஆங்கிலத்தின் மூலம் நாம் கல்வி பெறுவதுதான் முக்கியக் குறைபாடு என்று எனக்குத் தோன்றுகிறது. மெட்ரிகுலேஷன் பரீட்சையில் தேர்ச்சி பெற சுமார் 12 வருடங்கள் ஆகின்றன. ஆனால், இவ்வளவு காலத்தில் பெறும் பொது அறிவு எவ்வளவு குறைவானதாயிருக்கிறது என்பதைப் பார்க்கப் பரிதாபமாக இருக்கிறது. மேலும், நம்முடைய இந்த அறிவை நாம் செய்ய வேண்டியிருக்கும் வேலைக்கேற்றவாறு நாம் இணக்கமாக்கிக் கொள்வது நல்லது. அதாவது, நாம் கற்ற அறிவைச் செயலில் காட்டுவதில்லை. அதற்குப் பதிலாக, ஆங்கில மொழியில் புலமை பெறுவதிலேயே நம்முடைய முயற்சிகளில் பெரும் பகுதி செல விடப்படுகிறது. மெட்ரிகுலேஷன் வகுப்பு வரை மாணவர்களுக்குச் சொல்லிக் கொடுக்கப்படும் பாடங்கள் அவர்களுடைய தாய் மொழியிலேயே சொல்லிக் கொடுக்கப்பட்டால், குறைந்தபட்சம் ஐந்து வருடங்களாவது மிச்சப்படும் என்று, இந்த விஷயத்தைப் பற்றிப் பேசத் தகுதியுள்ள அறிஞர்கள் அபிப்பிராயம் தெரிவித்திருக் கிறார்கள். இந்தக் கணக்குப்படி பார்த்தால் பத்தாயிரம் பிள்ளைகள் மெட்ரிகுலேஷன் பரீட்சையில் தேர்ச்சி பெறுவதற்குள் மக்களுக்கு ஐம்பதாயிரம் வருடங்கள் நஷ்டமேற்படுகின்றன! இது உண்மை யிலேயே நம் எல்லோருக்கும் மிகுந்த கவலையை அளிக்க வேண்டிய ஒரு நிலைமையாகும். அத்துடன் மட்டுமில்லை, இதனால் நம்முடைய மொழிகளையும்கூடத் தம் வளத்தை இழக்கச் செய்துவிடுகிறோம். “குஜராத்தி வளமில்லாத ஒரு மொழி” என்று பலர் அடிக்கடி சொல்லிக் கேட்டிருக்கிறேன். இதைக் கேட்கும்போது எனக்குக் கோபம் வருகிறது. சமஸ்கிருதத்தின் அருமைக் குமாரத்திகளில் ஒன்றான குஜராத்தியை வளர்க்க வேண்டிய பொறுப்புள்ள நம்மிடம் தான் குற்றம் இருக்கிறதேயொழிய, மொழியில் இல்லை. அதை நாம் புறக்கணித்துவிட்டோம், அலட்சியப்படுத்திவிட்டோம். அது தனக் குரிய பலத்தையும் சக்தியையும் எப்படிப் பெற முடியும்? இப்போதுள்ள கல்வி முறை, நமக்கும் நம்முடைய குடும்பங்களுக்குமிடையே ஒரு பிளவைத் தோற்றுவித்திருக்கிறது. நம்முடைய பெற்றோர்கள், மற்ற உறவினர்கள், நம்முடைய குடும்பத்திலுள்ள பெண்கள், வீடுகளில் வேலை செய்பவர்கள் ஆகியவர்களுடன்தான் நம் நேரத்தில் பெரும் பகுதியை நாம் செலவிடுகிறோம். ஆனால், நம்முடைய பள்ளிக்கூடக் கல்வி அவர்களுக்கெல்லாம் புதையுண்ட தனத்தைப் போல் ஆகிவிட்டது. அதனால் அவர்களுக்கு எந்தவிதமான பயனும் இல்லை. பிரத்தியட்சத் தேவைகளுக்குச் சம்பந்தமேயில்லாத நிலைமை இருந் தால், மக்கள் ஒருகாலும் முன்னேற முடியாது என்பதை இதிலிருந்து நாம் உணர்ந்து கொள்ள வேண்டும். நாம் வெறும் மை ஒற்றும் காகிதத் துண்டுகளாக இருந்திருக்கவில்லையென்றால், ஐம்பது வருடக்

கல்விக்குப் பிறகு நம் பாமர மக்களிடையே ஒரு புதிய உணர்ச்சி எழுந்திருப்பதை நாம் பார்த்திருக்க வேண்டும். ஆனால், அவர்களுடன் நமக்கு எந்தத் தொடர்பும் இல்லை. அவர்களும் நம்மிடமிருந்து ஒதுங்கி நிற்கிறார்கள். ஏனெனில், நாம் முன்னேற்றமடைந்தவர்கள், நாகரிகமடைந்தவர்கள் என்று அவர்கள் நினைக்கிறார்கள்; அவர்களை நாம் நாகரிகமற்றவர்களாக எண்ணுவதாகவும் அவர்கள் நினைக்கிறார்கள்.

நம்முடைய கல்லூரிக் கல்வி விஷயமும் இப்படித்தான். நாம் கல்லூரியில் படிக்கும் காலத்தில், அறிவின் அடித்தளத்தை மேற்கொண்டு உறுதிப்படுத்தி பலப்படுத்துவதாகக் கருதப்படுகிறது. ஆனால், உண்மை வேறுவிதமாக இருக்கிறது. ஏனெனில், நம்முடைய மொழியையே நாம் மறக்க ஆரம்பித்துவிடுகிறோம். பலருக்குத் தமது சொந்தத் தாய்மொழியில் ஒரு வெறுப்பு உணர்ச்சி ஏற்பட்டுவிடுகிறது. இலக்கணப் பிழைகள் நிறைந்த கீழ்த்தரமான ஆங்கிலத்தில் நம் அலுவல்களை நடத்த ஆரம்பித்துவிடுகிறோம். பல்வேறு கலைகளுக்கு நாம் இன்னும் சரியான வார்த்தைகளைக் கண்டுபிடிக்கவில்லை; ஆங்கிலச் சொற்களும் நமக்குச் சரியாகப் புரிவதில்லை. நம் கல்லூரிப் படிப்பு முடியும்போது நம் அறிவின் சக்தி மழுங்கிவிடுகிறது; நம் உடல்களும் பலவீனமடைந்துவிடுகின்றன. நோய்வாய்ப்பட்ட நாம், நம் வாழ்நாள் முழுவதும் ஊக்கமளிக்கும் மருந்துகளுக்கு அடிமைகளாகிவிடுகிறோம். இப்படியிருந்தும்கூட, நாம்தான் அவர்களுடைய தலைவர்கள் என்றும், ரக்ஷகர்கள் என்றும், அவர்களுடைய எதிர்காலத்தை உருவாக்கப் போகிறவர்கள் என்றும் மக்கள் நினைக்கிறார்கள்; நாமும்கூட அப்படியே நினைக்கிறோம். பல்வேறு கல்லூரிகளில் தேர்ச்சி பெற்று வெளிவரும் குஜராத் இளைஞர்கள் உண்மையாகவே தாங்கள் மக்களின் ரக்ஷகர்களாகப் போவதாக நினைத்தால், அவர்களின் துணிச்சலை என்னவென்று சொல்லுவது?

நம்முடைய கல்வியைப் பற்றி நான் இவ்வளவு மோசமாகச் சித்தரித்தாலும் இதிலேயே நம்பிக்கைக்கான விதைகளும் இருக்கின்றன. ஓர் இந்தியனும் ஆங்கிலம் கற்றுக்கொள்ளக் கூடாது என்று நான் சொல்லவில்லை. ருஷ்யாவில் அவர்கள் செய்திருப்பதையும் தென்னாப்பிரிக்காவிலும் ஜப்பானிலும் அவர்கள் செய்து கொண்டிருப்பதையும் நாமும் செய்வோமாக. பின்னர் சொன்ன நாட்டில் குறிப்பிட்ட ஒரு சிலர் பொறுக்கி எடுக்கப்பட்டு, ஆங்கிலத்தில் உயர்தரக் கல்வி பெறுகிறார்கள். அந்த மொழியில் உள்ள தகுதியுள்ள நல்ல நூல்களையெல்லாம் தமது தாய் மொழியில் எளிய நடையில் மொழி பெயர்க்கிறார்கள். இதனால் மக்கள் தாமே ஆங்கிலம் கற்றுக்கொள்ளும் உபயோகமற்ற சிரமத்தினின்றும் அவர்களைக் காப்பாற்றுகின்றார்கள். நம்மில் பலருக்கு ஆங்கிலம் தெரியும். அவர்கள் மேற்கொண்டு அந்த அறிவைப் பெருக்கிக் கொள்ளலாம். நல்ல உடல்நலமும் மூளைச்

சுறுசுறுப்பும் உள்ளவர்கள் ஆங்கிலத்திலிருந்தும், மற்ற அந்நிய மொழிகளிலிருந்தும் நம் பாமர மக்களுக்கு நன்மையளிக்கக்கூடிய கருத்துகளை குஜராத்தியில் மொழிபெயர்க்க முன்வரலாம். நாம் நீடித்து முயற்சி செய்தால், கல்வியின் இப்போதைய போக்கை மாற்றிப் புதிய கலைகள், புதிய கருத்துகள் ஆகியவற்றை குஜராத்தியின் மூலமே போதிக்கலாம். வைத்தியம், கப்பலோட்டுதல், மின்சாரம் போன்ற வற்றைப் பற்றிய அறிவை குஜராத்தியின் மூலம் போதிப்பது அசாத்தியமன்று. ஆங்கில அறிவு பெற்ற பிறகுதான் ஒருவர் உடற்கூறு பற்றிய அறிவைப் பெற முடியுமென்றோ, அறுவை சிகிச்சை செய்ய முடியுமென்றோ நினைப்பது அர்த்தமற்றதாகும்.

இந்தியாவின் மக்கள்தொகையில் சுமார் 85 சதவிகிதத்தினர் விவசாயத்தில் ஈடுபட்டிருக்கிறார்கள். பத்துச் சதவிகிதத்தினர் மற்றும் பல்வேறு தொழில்களில் ஈடுபட்டுள்ளனர். அவர்களில் பெரும்பாலோர் நெசவாளர்கள். மீதமுள்ள ஐந்து சதவிகிதத்தினர் படித்தவர்கள், அரசியல்வாதிகள், வழக்கறிஞர்கள், வைத்தியர்கள் முதலியோர். இந்தப் பிரிவைச் சேர்ந்தவர்கள் உண்மையிலேயே மக்களுக்குச் சேவை செய்ய விரும்பினால், மக்கள்தொகையில் 95 சதவிகிதத்தினர் செய்யும் தொழில்களைப் பற்றிக் கொஞ்சமாவது தெரிந்துகொள்ள வேண்டும். தங்களுடைய பரம்பரைத் தொழில்களை நன்கு தெரிந்துகொள்ள வேண்டியதும் அந்த 95 சதவிகிதத்தினரின் கடமையாகும். இந்தக் கருத்து சரியானதென்றால், குழந்தைப் பருவம் முதற்கொண்டே விவசாயம், நெசவு ஆகிய இரண்டிலும் மாணவர் களுக்குப் பயிற்சியளிக்க நம் பள்ளிக்கூடங்களில் ஏற்பாடு செய்ய வேண்டும். விவசாயம், நெசவு ஆகிய இரண்டையும் கற்றுக் கொடுப் பதற்கு வேண்டிய சரியான சூழ்நிலையை உண்டாக்குவதற்காக, நம் பள்ளிக்கூடங்கள் யாவும் மக்கள் நெருக்கம் மிகுந்த நகர்ப்பகுதி களிலிருந்து வெதூரத்தில் இருக்க வேண்டும். பெரிய வயல்கள் இருப்பதும், திறந்த வெளிகளில் வகுப்புகளை நடத்துவதற்கு ஏற்றது மான இடங்களில் பள்ளிக்கூடங்கள் இருக்க வேண்டும். அத்தகைய பள்ளிக்கூடங்களில் சிறுவர்களுக்கு விளையாட்டு என்பது, வயல்களை உழுவதாயிருக்க வேண்டும். நம் சிறுவர்களுக்கும் இளைஞர்களுக்கும் கால்பந்து, கிரிக்கெட் போன்ற ஆட்டங்கள் இல்லாவிட்டால், அவர்களுடைய வாழ்க்கை சுவையற்றதாயிருக்கும் என்ற எண்ணம் முற்றிலும் தவறானதாகும். நம் விவசாயிகளின் பிள்ளைகள் கிரிக் கெட்டா ஆடுகிறார்கள்? அவர்களுடைய வாழ்க்கையில் மகிழ்ச் சிக்கோ, மாசற்ற ஆர்வத்திற்கோ என்ன குறை இருக்கிறது?

ஆகவே, கல்வியின் இப்போதைய போக்கை மாற்றுவது கஷ்டமானதன்று. இந்த ரீதியில் பொதுமக்களின் அபிப்பிராயம் உருவாக்கப்பட்டு, வற்புறுத்தப்பட வேண்டும் என்பதுதான் முக்கியம். அப்போது, தங்களுடைய இப்போதைய கொள்கையை அரசு

மாற்றத்தான் வேண்டியிருக்கும். மேலும், மேற்கண்ட திட்டத்தில் நம்பிக்கையுள்ளவர்கள், பொதுமக்கள் அதை ஏற்றுக்கொள்ளத் தயாராகும் வரையில், அந்த ரீதியில் சோதனைகள் செய்ய முன்வர வேண்டும். இத்துறையில் செய்யப்படும் முயற்சிகள் பலனளித்திருக்கின்றன என்பதை மக்கள் கண்டுகொண்டால், அவர்கள் அதே மாதிரி செய்ய விரும்புவார்கள். இந்தச் சோதனை களுக்கு முதலில் அதிகமாகச் செலவு செய்ய வேண்டியிருக்குமென்று நான் நினைக்கவில்லை. அது எப்படியிருந்தாலும் செலவு அவ்வளவு முக்கியமான விஷயமன்று. உண்மையான கல்வி என்பது என்ன என்று வாசகர்கள் கண்டுகொள்ள வேண்டுமென்பதே இந்த விஷயத் தைப் பற்றி நான் எழுதுவதற்குக் காரணமாகும். இந்த ஆராய்ச்சிக்கு உதவியாயிருந்தால், என் நோக்கம் நிறைவேறியதாகிவிடும்.

(1916 அக்டோபர் 'ஸமலோசக்' பத்திரிகையில் குஜராத்தியில் வெளியான காந்திஜியின் கட்டுரை.)

# உயர் கல்வி

உயர் கல்வியைப் பற்றிச் சிறிது காலத்திற்கு முன்பு நான் தயக்கத்துடனும் சுருக்கமாகவும் தெரிவித்த கருத்துகளை, மகாகனம் ஸ்ரீனிவாச சாஸ்திரி குறை கூறியிருக்கிறார். அப்படிக் குறை கூறுவதற்கு அவருக்கு முழு உரிமையுண்டு. சிறந்த மனிதர், தேசபக்தர், அறிஞர் என்ற முறையில் அவரிடம் எனக்கு மிகுந்த மதிப்பு உண்டு. ஆகையால், அவருடன் கருத்து வேற்றுமைகள் ஏற்படும் சந்தர்ப்பங்கள் எழும்போது எனக்கு வேதனையாகவே இருக்கிறது. ஆயினும், உயர் கல்வியைப் பற்றிய என்னுடைய கருத்துகளை, முன்பு சொன்னதைவிட இன்னும் விரிவாகச் சொல்ல வேண்டியது என்னுடைய கடமையாகிறது. அப்போதுதான் எங்கள் இருவரிடையே உள்ள கருத்து வேற்றுமைகளை வாசகர்கள் தாமாகவே புரிந்து கொள்ள முடியும்.

என்னிடமுள்ள குறைகளை நான் ஒப்புக்கொள்ளுகிறேன். பல்கலைக்கழகக் கல்வி என்று சொல்லிக் கொள்ளக்கூடிய எதுவும் எனக்குக் கிடையாது. என்னுடைய உயர் பள்ளிப் படிப்பு சாதாரண அளவுக்கு மேல் அதிகமாக இருந்ததே கிடையாது. என்னுடைய பரீட்சைகளில் தேர்ச்சி பெற முடிந்தால், அதுவே பெரிய காரியம் என்று நான் நினைத்தேன். பள்ளிக்கூடத்தில் மிகவும் சூட்டிக்கையான பையன் என்று பெயர் வாங்க வேண்டும் என்பது என்னுடைய ஆசைகளுக்கு அப்பாற்பட்டது. இருந்தாலும் உயர் கல்வி என்று கூறப்படுவது உள்பட, பொதுவாகக் கல்வியைப் பற்றி எனக்கு மிகவும் திடமான அபிப்பிராயங்கள் உண்டு. என்னுடைய கருத்துகள் தெளிவாகத் தெரிந்து கொள்ளப்பட வேண்டும். இது, தேசத்திற்கு நான் செய்ய வேண்டிய கடமையாகும். என்னை நானே அடக்கி வைத்துக்கொள்ளும் அளவுக்கு என்னிடம் உள்ள அச்சத்தை நான் விட வேண்டும். கேலி செய்வார்களோ அல்லது நம்முடைய செல்வாக்கும் அந்தஸ்தும் போய்விடுமோவென்று நான் பயப்படக் கூடாது. என்னுடைய கருத்துகளை நான் மறைத்து வைத்துக்கொண்டு இருந்தால், தவறுகளைக் கண்டுபிடிக்க வேண்டும் என்றும், அவற்றைத் திருத்திக்கொள்ள வேண்டும் என்றுமே நான் ஆசைப்படுகிறேன்.

நான் பல வருடங்களாகக் கொண்டிருப்பவையும் எனக்கு வாய்ப்புக் கிடைத்தபோதெல்லாம் அமல் நடத்தப்பட்டிருப்பவைகளுமான என்னுடைய முடிவுகளைக் கூறுகிறேன்:

1. உலகத்திலேயே மிகவும் உயர்தரமான கல்வியைப் பெறுவதைக் கூட நான் ஆட்சேபிக்கவில்லை.

2. அத்தகைய கல்விக்கு நிச்சயமான பயன் இருக்கிறதென்றால், அந்தச் செலவை அரசுதான் ஏற்றுக்கொள்ள வேண்டும்.

3. பொது வருமானத்திலிருந்து உயர்தரக் கல்விக்குச் செலவிடுவதை நான் ஆட்சேபிக்கிறேன்.

4. கலைகள் என்ற பெயரில் நம் கல்லூரிகளில் அளிக்கப்படும் கல்வியில் பெரும்பகுதி வீணேயாகும். இதனால் படித்தவர்களிடையே வேலையில்லாமை ஏற்பட்டுவிட்டது என்பதே என்னுடைய உறுதியான நம்பிக்கை. அது மட்டுமா? நம் கல்லூரிகளில் இந்தச் செக்கில் அரைபட வேண்டிய துரதிருஷ்டம் வாய்ந்த நம்முடைய சிறுவர், சிறுமிகளின் உடல், உள்ளம் இரண்டையுமே இது பாதித்துவிட்டது.

5. இந்தியாவில் ஓர் அந்நிய மொழியின் மூலமே உயர்தரக் கல்வி போதிக்கப்படுகிறது. இதனால் தேசத்திற்கு அறிவுத்துறையிலும் தார்மீகத் துறையிலும் சொல்லொண்ணாத் தீங்கு ஏற்பட்டுவிட்டது. இந்தக் காலத்திலேயே வாழும் நாம், இந்தத் தீங்கு எவ்வளவு பெரியது என்பதை மதிப்பிட முடியாது. இந்தக் கல்வியைப் பெற்றுள்ள நாமே குற்றவாளிகளாகவும் நீதிபதிகளாகவும் இருக்க வேண்டியிருக்கிறது. இது அசாத்தியமான வேலையாகும்.

மேற்கூறிய என்னுடைய முடிவுகளுக்கான காரணங்களையும் இனி நான் கூற வேண்டும். அதற்கு, என்னுடைய சொந்த அனுபவத்திலிருந்தே ஓர் அத்தியாயத்தைக் கொடுத்தால் நன்றாயிருக்கும்.

12 வயது வரையில் நான் பெற்ற அறிவெல்லாம், என்னுடைய தாய்மொழியான குஜராத்தியின் மூலம்தான். கணக்கு, சரித்திரம், ஆயிரம் ரூபாய் கிடைத்தால், ஆசிரியருக்கு மாதம் இரண்டாயிரம் ரூபாய் கொடுக்க வேண்டாமா?

ப : ஒரு வைஸ்ராய் செய்யும் வேலையைக் கணக்குப் போட்டு, மதிப்பிட்டுவிட முடியும். ஆனால், ஆசிரியர் செய்யும் வேலையை அப்படி மதிப்பிட்டுவிட முடியாது. ஆகையால் ஆசிரியர் வறுமையை ஏற்றுக் கொள்ளத்தான் வேண்டும். ஆகாரத்திற்கு மட்டும் எவ்வளவு தேவையாய் இருக்குமோ அதை மாத்திரம் வாங்கிக்கொண்டு அவர்கள் வேலை செய்ய வேண்டும் என்றுகூடச் சொல்லுவேன். வைஸ்ராய் தன்னுடைய விலையைச் சொல்லிக் கொள்ளுகிறார். ஆனால், ஆசிரியர் விலை சொன்னால், அவர் உபயோகமற்றவராகிவிடுவார்.

*கே: தன்னிடம் படிக்கும் ஒரு மாணவியை ஆசிரியர் மணந்து கொள்ளலாமா? தன்னுடன் சேர்ந்து படிக்கும் ஒரு மாணவியை, மற்றொரு மாணவன் மணந்து கொள்ளலாமா?*

ப: இந்த இரண்டுமே முறையற்றவை என்றே நான் கருதுகிறேன். என் சொந்தப் பெண்ணை நான் எப்படிக் காப்பாற்றுவேனோ அதே மாதிரி, என்னிடம் படிக்கும் ஒரு பெண்ணையும் காப்பாற்ற வேண்டும். அதே மாதிரி, ஒருவர் தம்முடன் சேர்ந்து படிக்கும் ஒரு பெண்ணைத் தம் சகோதரியாகவே கருத வேண்டும். மாணவ மாணவிகளிடையே, சகோதர சகோதரி பாவம்தான் சரியான உறவு முறையாகும். இந்தக் கேள்விக்கு என்னுடைய பதிலை இத்துடன் நிறுத்திக் கொள்ளுகிறேன். இது சற்றுப் பெரியவிஷயம். இதற்குச் சரியான பதில் அளிக்க வேண்டுமானால் சற்றுவிரிவாகவே விவாதிக்க வேண்டியிருக்கும். முதற் கேள்வியின் பதிலைப் பற்றி எனக்குச் சந்தேகமே இல்லை. ஆனால், இரண்டாவது கேள்விக்குப் பதிலளிப்பது சற்றுக் கஷ்டமாக இருக்குமென்று தோன்றுகிறது. ஏனெனில், இன்று நூற்றுக்கணக்கான பையன்களும் பெண்களும் ஒரே பள்ளிக்கூடத்தில் சேர்ந்து படிக்கிறார்கள். ஆனால், நான் ஆரம்பித்த எல்லாப் பள்ளிக்கூடங்களிலும் அல்லது என் பொறுப்பில் உள்ள பள்ளிக்கூடங்களிலும் இந்த விதி கட்டாயமாகப் பின்பற்றப்பட்டு வந்திருக்கிறது. அதன் பலனும் நன்றாகவே இருந்திருக்கிறது.

- 'நவஜீவன்' 20.10.1921

# வேலைவாய்ப்பும் கல்வியும்

கல்வியைப் பற்றிய என்னுடைய கருத்துகள் ஒரு மாதிரி புரட்சித்தன்மை வாய்ந்தவையாக இருப்பது போல் உங்களுக்குத் தோன்றலாம். கல்வி என்பது, அதாவது கல்வியின் மூலம் பெற்ற அறிவு, பணம் சம்பாதிப்பதற்காகப் பயன்படுத்திக் கொள்ளப்படக் கூடாது என்பதே என்னுடைய கருத்தாகும். நெசவு, தச்சு வேலை, தையல் போன்ற ஏதாவது ஒரு தொழிலின் மூலம்தான் வாழ்க்கை நடத்துவதற்குச் சம்பாதிக்க வேண்டும். டாக்டர்கள், வக்கீல்கள், ஆசிரியர்கள் முதலியவர்கள் தாம் பெற்ற பயிற்சிகளைப் பணம் சம்பாதிப்பதற்காகவே பயன்படுத்திக் கொள்ளுகிறார்கள். நம்முடைய நாடு வீழ்ச்சியடைந்ததற்கான முக்கியக் காரணங்களில் இதுவும் ஒன்று என்று நான் நினைக்கிறேன். ஆனால், இது ஒரு இலட்சியம்தான். நடைமுறையில் இந்த இலட்சியத்தை நாம் அடைய முடியாமலிருக்க லாம். இருந்தாலும் இதை நாம் எவ்வளவுக்கெவ்வளவு பின்பற்று கிறோமோ, அவ்வளவுக்கவ்வளவு நமக்குத்தான் நன்மை என்பதில் சந்தேகம் இல்லை. வித்தியாபீடம் இதைத் தன்னுடைய இலட்சியமாக விதித்துக் கொள்ளவில்லை; ஆனால், தேச சேவைதான் கல்வியின் முக்கியமான நோக்கம் என்று விதித்திருக்கிறது. ஒருவருடைய அறிவைத் தேச சேவைக்கே பயன்படுத்திக் கொள்ள வேண்டும் என்பது இலட்சியமாக இருக்கும்போது, 'வேலைவாய்ப்பிற்கு' அதில் இடமே இருக்க முடியாது. ஏனெனில், பணம் சம்பாதிப்பதை இரண்டாம் பட்சமாகவே கருத வேண்டும். ஆசிரியர்களாகவோ, மாணவர்களாகவோ வித்தியாபீடத்திற்கு வந்திருப்பவர்கள் இந்த வேலைவாய்ப்பு எண்ணத்தைவிட்டுவிட்டார்கள் என்றே நினைக் கிறேன். கல்வியைப் பற்றிய இந்த மனப்பான்மை குஜராத்திலோ, இந்தியாவின் மற்றப் பகுதிகளிலோ இன்னும் ஆழ்ந்து வேரூன்ற வில்லை. ஆகையால், இந்த ஸ்தாபனங்களில், இந்த இலட்சியத்தில் தளராத நம்பிக்கையுள்ள மாணவர்களின் எண்ணிக்கை ஆரம்பத்தில் குறைவாக இருந்தால், அதைக் கண்டு நாம் ஆச்சரியப்படுவதற்கில்லை. நூற்றுக்கணக்கான மாணவர்கள் வித்தியாபீடத்தில் கல்வியும் கற்றுக்கொண்டு, அதே சமயத்தில் தேச சேவையில் ஒரு பற்றுதலையும் வளர்த்துக்கொண்டு வருகிறார்கள் என்பதுதான் ஆச்சரியமாக இருக்கிறது.

- 'நவஜீவன்' 1.6.1924

# சேவை கல்வியின் ஒரு பகுதியே

இப்போதுள்ள நம் கல்வி முறையில் இலக்கியத் திறனுக்கு மட்டுமே முக்கியத்துவம் அளிக்கப்பட்டிருக்கிறது. இந்தப் பெரிய குறைபாட்டை சர். விசுவேசுவரய்யா வற்புறுத்தி எடுத்துக் காட்டியிருக்கிறார். அத்துடன், நான் இன்னும் ஒரு பெரிய குறையையும் எடுத்துக் காட்ட விரும்புகிறேன். படித்துக் கொண்டிருக்கும் காலத்தில், படிப்பை பாதிக்கக்கூடிய சிறிய தொண்டுகளைக்கூடத் தாம் செய்யக் கூடாது என்று மாணவர்கள் நினைக்கும்படி செய்கிறார்கள். குஜராத்தில் சில மாணவர்கள் செய்து கொண்டிருப்பதைப் போல், தம்முடைய இலக்கியக் கல்வியையோ, தொழிற் பயிற்சியையோ நிறுத்தி வைத்துவிட்டு, மாணவர்கள் நிவாரண வேலையில் ஈடுபட்டால், அதனால் அவர்களுக்கு லாபமேயொழிய நஷ்டம் ஒன்றுமில்லை. சேவை செய்வதே கல்வியின் இறுதி நோக்கமாக இருக்க வேண்டும். படிக்கும்போதே சேவை செய்வதற்கு ஒரு மாணவனுக்கு வாய்ப்பு கிடைத்தால், படிப்பை நிறுத்தி வைப்பதாக அதைக் கருதாமல் படிப்புக்கு அனுசரணையான ஒரு அரிய சந்தர்ப்பம் என்றே கருத வேண்டும்.

- 'எங் இந்தியா' 13.10.1927

# உயிர்களின் ஒருமை

உங்களிடமே உள்ள சிறந்த அம்சங்களை வெளிக்கொணருவது தான் உண்மையான கல்வி ஆகும். மனித குலம் என்ற புத்தகத்தை விடச் சிறந்த புத்தகம் வேறு என்ன இருக்க முடியும்? அல்லும் பகலும் ஹரிஜனங்கள் வாழும் பகுதிகளுக்குச் சென்று, அவர்கள் ஒரே மனித குடும்பத்தைச் சேர்ந்தவர்கள் என்ற உணர்ச்சியுடன் சேவை செய்வதைவிடச் சிறந்த கல்வி வேறு என்ன இருக்க முடியும்? இது நம்மை உயர்த்தும் ஒரு ஆராய்ச்சிக்காக இருக்கும். என்னுடைய கொள்கை குறுகிய ஒன்றல்ல. மனிதர்களாகப் பிறந்தவர்கள் யாவரும் சகோதரர்களே என்ற உண்மையை நடைமுறையில் கொண்டு வருவதே என்னுடைய கொள்கையாகும்.

- 'ஹரிஜன்' 30.3.1934

புத்தகப் படிப்பு, அறிவு வளர்ச்சி பெறுவது, பல்வேறு கைவினைத் தொழில்களில் உடலுழைப்பு ஆகியவையெல்லாம் பார்வைக்கு வெவ்வேறாகத் தோன்றினாலும் உண்மையில் வெவ்வேறானவையல்ல. இவற்றை இணைத்து வைத்துள்ள பிணைப்புகளைத் துண்டிக்க முயற்சிப்பது, அறிவை துஷ்பிரயோகம் செய்வதாகிறது. அறிவு வளர்ச்சிப் பகுதி கணவனைப் போன்றது; உடலுழைப்புப் பகுதி மனைவியைப் போன்றது. இவ்விரண்டுக்குமிடையே உள்ள பந்தம் துண்டிக்க முடியாதது. உடலுழைப்பு இல்லாததால், கணவன் இன்று சிறிதும் தன்னடக்கமின்றி நடந்துகொள்ளுகிறான். தன்னுடைய தீய கண்களைக் கட்டுப்பாடின்றி கண்டவற்றையெல்லாம் பார்க்க அனுமதிக்கிறான். அப்படியும் அவனுக்குத் திருப்தி ஏற்படுவதில்லை. கடைசியில் அலுத்து, சலித்துப் போய் வீழ்ச்சியடைகிறான்.

இரண்டையும் ஒப்பிட்டுப் பார்க்க வேண்டுமானால், உடல் உழைப்புக்குத்தான் முதலிடம் கொடுக்க வேண்டியிருக்கும். ஒரு குழந்தை முதலில் தன் அறிவை உபயோகிப்பதில்லை; கைகளையும் கால்களையும்தான் உபயோகிக்கிறது; கொஞ்சம் கொஞ்சமாகத் தன் கண்களையும் காதுகளையும் உபயோகிக்க ஆரம்பிக்கிறது. நாலு, ஐந்து வயதான பிறகுதான் அது விஷயங்களைப் புரிந்து கொள்ளுகிறது. குழந்தைக்குப் புரிந்துகொள்ளும் சக்தி அதிகமாக இருந்தால், உடலைப்

புறக்கணித்துவிடலாமென்று அர்த்தமில்லை. அப்படிச் செய்தால் உடல், மனம் இரண்டுமே பாழாகிவிடும். உடலின் செய்கைகள் மூலம்தான் அறிவு தன்னை வெளிப்படுத்திக் கொள்ளுகிறது. இன்று உடற்பயிற்சி விளையாட்டுகளைச் செய்வதோடு நின்றுவிடுகிறது. முன்பெல்லாம் இந்தத் தேவை உபயோகமான உடலுழைப்பின் மூலம் பூர்த்தியாகிக் கொண்டிருந்தது.

கைவினைத் தொழில்கள் மூலம் உடல், மனம், உள்ளம் ஆகிய மூன்றுக்கும் பயிற்சியளிக்க வேண்டும் என்பதே இந்த முறையின் முக்கிய நோக்கமாகும். கைவினைத் தொழிலின் எல்லா அம்சங் களையும் கற்றுக்கொடுப்பதன் மூலம் குழந்தையினிடம் உள்ள எல்லாச் சிறப்பு அம்சங்களையும் கவனித்து வெளிக்கொணர வேண்டும். நீங்கள் கற்றுக் கொடுக்கும் வரலாறு, புவியியல், கணக்கு ஆகிய பாடங்களெல்லாம் அந்தத் தொழிலுடன் சம்பந்தப்பட்டதாக இருக்கும்.

- 'ஹரிஜன்' 11.6.38

# ஆதாரக் கல்வி மூலம் எதிர்பார்க்கப்படுவது என்ன?

*(வர்தாவிலுள்ள ஹிந்துஸ்தானி தலீமி சங்கத்தினால் வெளியிடப்படும் 'நயி தலீம்' என்ற மாத சஞ்சிகையின் முதல் இதழுக்கு காந்திஜியினால் அனுப்பப்பட்ட செய்தி கீழே கொடுக்கப்பட்டு உள்ளது.)*

ஆதாரக் கல்வி என்றால் அதில் உள்ள புதிய கருத்து என்ன என்பதைப் புரிந்துகொள்ள வேண்டியது அவசியமாகும். பழைய கல்வி முறையில் என்னென்ன நல்ல அம்சங்கள் இருக்கின்றனவோ அவையெல்லாம் ஆதாரக் கல்வியில் அப்படியே வைத்துக் கொள்ளப்படும்; அவற்றைத் தவிர போதிய புதிய அம்சங்களும் இருக்கும். ஆதாரக் கல்வி உண்மையிலேயே புதியதுதான் என்றால் அதனால் பின் கண்ட பலன்கள் ஏற்படும்: தம்முடைய ஏக்க உணர்ச்சி மாறி நம்பிக்கை ஏற்படும்; நம்முடைய வறுமையும் பட்டினியும் மாறி நம்முடைய வாழ்க்கைக்கு வேண்டியதைச் சம்பாதித்துக்கொள்ள வழி பிறக்கும்; வேலையில்லை என்ற நிலைமை மாறி, தொழிலும் வேலையும் பெருகும்; வேற்றுமைகள் மறைந்து ஒற்றுமை ஏற்படும்; நம்முடைய பையன்களும் பெண்களும் எழுதப் படிக்கக் கற்றுக் கொள்ளுவதுடன், ஒரு கைவினைத் தொழிலின் மூலம் அறிவுப் பயிற்சியும் பெறுவார்கள்.

- உத்மன்காய் 14.10.1938

# ஆதாரக் கல்வி மாநாடு

### 1. கல்வி மாநாட்டின் முன்புள்ள பிரச்சனைகள்

சமீபத்தில் நவபாரத் வித்தியாலயம் என்று பெயர் மாற்றம் செய்யப்பட்ட வார்தா மார்வாடி உயர்நிலைப் பள்ளி தனது வெள்ளி விழாவைக் கொண்டாடப் போகிறது. இந்தச் சந்தர்ப்பத்தைப் பயன் படுத்திக்கொண்டு, இப்பகுதியில் நான் விளக்க முயற்சித்து வரும் கல்வித் திட்டத்தைப் பற்றி விவாதிப்பதற்காக, தேசிய மனப் பான்மையுள்ள கல்வித் துறையாளர்களின் சிறு மாநாடு ஒன்றை நடத்துவதென்று பள்ளி நிர்வாகிகள் தீர்மானித்திருக்கிறார்கள். இத்தகைய மாநாடொன்றை நடத்துவது விரும்பத்தக்கதுதானா என்று அதன் செயலாளரான ஸ்ரீ ஸ்ரீமன் நாராயண அகர்வால் என்னிடம் கேட்டார். இந்த யோசனையை நான் ஒப்புக்கொண்டால், நான் மாநாட்டுக்குத் தலைமை வகிக்க வேண்டும் என்றும் கேட்டுக் கொண்டார். இரு யோசனைகளுமே எனக்குப் பிடித்திருந்தன. அக்டோபர் 22, 23 தேதிகளில் இந்த மாநாடு வார்தாவில் நடத்தப்படும். அழைப்பாளர்கள் மட்டுமே மாநாட்டில் அனுமதிக்கப்படுவார்கள். இந்தப் பிரச்சனையில் ஆழ்ந்த அக்கறை உள்ளவர்களும் விவாதத்தில் உபயோகமாகக் கலந்துகொள்ளக் கூடியவர்களுமான ஒரு சிலருக்கு மட்டுமே அங்கு ஏற்பாடு செய்யப்பட்டிருக்கிறது. இது ஆடம்பரமான மாநாடாக இராது. பார்வையாளர்கள் யாரும் இருக்க மாட்டார்கள். மாநாட்டின் முன்புள்ள அலுவல் மட்டுமேதான் அதில் கவனிக்கப் படும். குறிப்பிட்ட அளவு பத்திரிகைப் பிரதிநிதிகள் அனுமதிக்கப் படுவார்கள். பத்திரிகைக்காரர்கள் தங்களுக்குள்ளாகவே ஒன்று இரண்டு பேர்களைப் பொறுக்கி எடுத்துக்கொண்டு அவர்கள் கொடுப்பதைப் பகிர்ந்துகொள்ளலாம்.

நம்பிக்கையுடனும் ஆனால், தாழ்மை உணர்ச்சியுடனும் திறந்த மனத்துடனுமே இந்த வேலையை நான் மேற்கொள்ளுகிறேன். விஷயங்களைத் தெரிந்து கொள்ளவும் அவசியமானால் என் கருத்துகளை மாற்றிக்கொள்ளத் தயாராயிருக்கிறேன்.

மாநாட்டின் முன்பு பின்கண்ட கருத்துகளைச் சமர்ப்பிக்கலாம் என்று இப்போதைக்கு உத்தேசித்திருக்கிறேன்:

1. இப்போதுள்ள கல்வி முறை நாட்டின் தேவைகளுக்கு எந்த விதத்திலும் ஏற்றதாயில்லை. உயர்தரக் கல்வி முழுமைக்கும் ஆங்கிலமே பயிற்று மொழியாக்கப்பட்டிருப்பதால், படித்த சிலருக்கும் படிக்காத பலருக்குமிடையே நிரந்தரமான ஒரு சுவரை எழுப்பி விட்டது; அறிவு பாமர மக்களிடையே பரவுவதை அது தடுத்து விட்டது. ஆங்கிலத்திற்கு இப்படி அளவுக்கு மீறி முக்கியத்துவம் கொடுக்கப்பட்டிருப்பதன் காரணமாக, படித்தவர்கள் மீது ஒரு பெரிய சுமை ஏற்பட்டுள்ளது. இதனால் அவர்கள் ஆயுள் முழுவதும் ஊனமுற்றவர்களாகவே இருக்கிறார்கள்; தமது சொந்த நாட்டிலேயே அவர்கள் அந்நியர்களாகிவிட்டார்கள். தொழிற் பயிற்சி இல்லாத காரணத்தினால் படித்தவர்கள் அநேகமாக பலனுள்ள உற்பத்தி வேலைகளில் ஈடுபடுவதற்குத் தகுதியற்றவர்களாகிவிட்டார்கள். இதனால் அவர்களுடைய உடலும் பாதிக்கப்பட்டிருக்கிறது. ஆரம்பக் கல்விக்காகச் செலவிடப்படும் பணம் வீண்தான். ஏனெனில், கற்றுக் கொடுக்கப்படும் கொஞ்ச நஞ்சமும் சீக்கிரத்தில் மறந்து போய்விடு கிறது. நகரங்கள் அல்லது கிராமங்களுக்கு இதனால் ஒரு பலனு மில்லை. இப்போதுள்ள கல்வி முறையினால் கிடைக்கும் அனுகூலம், முக்கிய வரி கொடுப்பவர்களுக்குக் கிடைப்பதில்லை. மிகவும் குறைவாகக் கிடைப்பது அவர்களுடைய குழந்தைகளுக்குத்தான்.

2. ஆரம்பக் கல்வியின் காலம் ஏழு வருடங்களாவது இருக்க வேண்டும். மெட்ரிகுலேஷன் வரையில் படித்தால் என்ன அறிவு பெற முடியுமோ, அந்த அளவு அறிவு இந்தக் காலத்தில் பெற வேண்டும். அதில் ஆங்கிலம் இருக்காது. ஆனால், நல்ல தொழில் பயிற்சி இருக்கும்.

3. பையன்களும் பெண்களும் எல்லாத் துறைகளிலும் மேன்மை பெறுவதற்காக, சாத்தியமானவரையில் எல்லாப் பயிற்சியும் லாபகரமான ஒரு தொழிலின் மூலம் அளிக்கப்பட வேண்டும். அதாவது, தொழிற் பயிற்சியில் இரண்டு காரியங்கள் நிறைவேற வேண்டும். பையன் தான் செய்யும் வேலையின் மூலம் தன்னுடைய பள்ளிக்கூடச் சம்பளத்திற்கு சம்பாதிக்க வேண்டும்; அதே சமயத்தில் பள்ளிக்கூடத்தில் பெறும் தொழிற் பயிற்சியின் மூலம் பையனோ, பெண்ணோ முழுமை பெற வேண்டும்.

மாணவர்களின் வேலையினால் கிடைக்கும் வருமானம் பள்ளிக்கூடத்திற்குத் தேவையான நிலம், கட்டடங்கள், மற்றும் இதர தளவாடங்களுக்காகும் செலவை ஈடுசெய்ய வேண்டும் என்று எதிர்பார்க்கப்படவில்லை.

பருத்தி, கம்பளம், பட்டு முதலியவற்றைச் சேகரிப்பதிலிருந்து, சுத்தப்படுத்துவது, கொட்டை எடுப்பது (பருத்திக்கு), பட்டை போடுதல், நூற்பது, சாயம் போடுவது, இரட்டை முறுக்கேற்றுவது,

மோஸ்தர்கள் தயாரித்து நெய்வது, பூவேலை செய்வது, தையல், காகிதம் செய்வது, அறுப்பது, புத்தகங்களை 'பைண்டு' செய்வது, மர அலமாரி செய்வது, பொம்மைகள் செய்வது, வெல்லம் தயாரிப்பது ஆகியவற்றையெல்லாம் அதிக முதலீடு செய்ய வேண்டிய அவசியமில்லாமல் சுலபமாகக் கற்றுக்கொள்ள முடியும்.

பையன்களும் பெண்களும் தமது வாழ்க்கைக்குச் சம்பாதித்துக் கொள்ள இந்த ஆரம்பக் கல்வி அவர்களைத் தயார் செய்ய வேண்டும். அந்தத் தொழில்களைக் கற்றுக் கொள்ளுபவர்களுக்கு வேலை தருவதாக அரசு உத்தரவாதம் அளிக்க வேண்டும்; அல்லது அவர்கள் உற்பத்தி செய்யும் சாமான்களை ஒரு குறிப்பிட்ட விலைக்கு அரசு வாங்கிக்கொள்ள வேண்டும்.

4. தேசத்திற்குத் தேவைப்படும் பல்வேறு துறைகளிலும் உயர்தரக் கல்வி தனியார்களிடம் விடப்பட வேண்டும்.

அரசு பல்கலைக்கழகங்கள் வெறும் பரீட்சை செய்யும் நிறுவனங்களாக மட்டுமே இருக்க வேண்டும்; பரீட்சைகளுக்காக வசூலிக்கப் படும் கட்டணங்களைக் கொண்டு இவை தம் செலவுகளைச் சமாளித்துக் கொள்ள வேண்டும்.

கல்வித் துறை முழுவதையும் பல்கலைக்கழகங்கள் கவனித்துக் கொள்ளும். வெவ்வேறு படிப்புகளுக்கான பாடத் திட்டங்களைத் தயாரித்து, அங்கீகாரம் அளிப்பதையும் அவர்களே கவனித்துக் கொள்ளுவார்கள். சம்பந்தப்பட்ட அந்தந்தப் பல்கலைக்கழகத்தின் முன் அனுமதி பெறாமல் எந்தத் தனியார் பள்ளியும் நடத்தப்படக் கூடாது. நல்ல தகுதியும் நாணயமும் உள்ள எந்த கோஷ்டியினருக்கும் பல்கலைக்கழகத்தை ஏற்படுத்தும் அங்கீகார சாசனம் தாராளமாக அளிக்கப்பட வேண்டும். ஒரு மத்திய கல்வித் துறை நடத்தும் செலவைத் தவிர, பல்கலைக்கழகத்தினால் அரசுக்கு எந்தவிதமான செலவும் இருக்கக் கூடாது. இந்தத் திட்டத்தினால், அரசினரின் தேவைகளுக்கு வேண்டிய கல்வி நிறுவனங்களை அரசு நடத்த வேண்டியதில்லையென்று அர்த்தமில்லை.

இத்திட்டம் முழுவதும் ஏற்றுக்கொள்ளப்பட்டால், எதிர்காலத்தை உருவாக்கப் போகும் இளைஞர்களுக்குப் பயிற்சியளிக்கும் அரசின் பெரிய பொறுப்பு தீர்ந்துவிடுமென்று எதிர்பார்க்கப்படுகிறது.

- 'ஹரிஜன்' 2.10.1937

# கல்வியும் கலால் வருமானமும்

கல்விப் பிரச்சினையை எப்படித் தீர்ப்பது? துரதிர்ஷ்டவசமாக இந்த விஷயம் கலால் வருமான நஷ்டத்துடன் இணைந்திருக்கிறது. புதிய வரிகளை விதிப்பதற்கு வழிவகைகள் இருக்கின்றன என்பது உண்மையே. இந்த ஏழை நாட்டில்கூடப் புது வரிகளை விதிக்கலாம் என்பதைப் பேராசிரியர்கள் ஷாவும் கம்பாட்டாவும் எடுத்துக் காட்டியிருக்கிறார்கள். செல்வத்திற்கு இன்னும் போதிய அளவுக்கு வரிவிதிக்கப்படவில்லை. இந்தியாவில் மிகவும் அதிகமான செல்வம் வைத்துக் கொண்டிருப்பது இந்திய மக்களுக்கு எதிராகச் செய்யப்படும் ஒரு குற்றமென்று கருதப்பட வேண்டும். ஆகையால், ஒரு அளவுக்கு மேல் அதிகப்படியான செல்வத்திற்கு உயர்ந்தபட்ச வரி என்ற வரம்பை எப்போதுமே தாண்ட முடியாது. இங்கிலாந்தில் ஒரு குறிப்பிட்ட அளவுக்கு மேல் உள்ள வருமானங்களுக்கு ஏற்கனவே 70 சதவிகிதம் வரையில் வரிவிதிக்கப்படுவதாக அறிகிறேன். இந்தியாவில் ஏன் இன்னும் அதிகமாக விதிக்கக் கூடாது என்பதற்கு ஒரு காரணமும் இல்லை. இங்கும் ஏன் மரண வரி விதிக்கக் கூடாது? லட்சாதிபதிகளின் சொத்துகளுக்கு தேசம்தான் வாரிசாக இருக்க வேண்டும். மாநில அரசுகள் மரண வரிவிதிக்க முடியாது என்ற காரணத்தினால் என்னுடைய வாதம் வலுவிழந்துவிடவில்லை.

ஆனால், ஒரு சமுதாயம் என்ற ரீதியில் பார்க்கும்போது, கல்வி விஷயத்தில் நாம் மிகவும் பின்தங்கியே இருக்கிறோம். பணத்தை நம்பித்தான் நாம் காரியங்கள் செய்ய வேண்டுமென்றால் நம் பொறுப்புகளை இந்தத் தலைமுறையில் நிறைவேற்ற முடியாது. ஆகையால், உருவான யோசனைகளைக் கூறுபவன் என்ற பெயர் போனாலும் போகட்டும் என்று துணிந்து இந்த யோசனையைச் சொல்லியிருக்கிறேன். அதாவது, கல்வி தன்னைக் கட்டிக்கொண்டு போவதாயிருக்க வேண்டும். கல்வி என்றால் குழந்தை அல்லது மனிதனின் உடல், மனம், ஆன்மா ஆகிய மூன்றிலும் உள்ள சிறந்த அம்சங்களை வெளிக்கொணருவது என்ற அர்த்தத்தில் சொல்லு கிறேன். எழுத்தறிவு என்பது கல்வியின் ஆதியோ, அந்தமோ அல்ல. ஆண்களுக்கும் பெண்களுக்கும் கல்வி புகட்டுவதற்கான சாதனங்களில் ஒன்றுதான் அது. ஆகையால், குழந்தைக்கு முதலில் உபயோகமான

தொழில் ஒன்றைக் கற்றுக்கொடுத்து, அக்குழந்தை பயிற்சி பெறும் காலத்திலிருந்தே உற்பத்தி செய்யக்கூடிய விதத்தில் உருவாக்க வேண்டுமென்று விரும்புகிறேன். இவ்வாறாக ஒவ்வொரு பள்ளிக் கூடமுமே தன்னைக் கட்டிக்கொண்டு போக முடியும். இந்தப் பள்ளிக் கூடங்களில் உற்பத்தி செய்யப்படுபவற்றை அரசு வாங்கிக்கொள்ள வேண்டும் என்பது ஒரு நிபந்தனையாகும்.

இத்தகைய ஒரு கல்வி முறையின் கீழ் மனத்தையும் ஆன்மாவையும் உயர்ந்த முறையில் அபிவிருத்தி செய்வது சாத்தியம் என்று நான் கருதுகிறேன். இன்று செய்வது போல ஒவ்வொரு கைத்தொழிலையும் ஏட்டுப் பாடமாகக் கற்பிக்காமல், அறிவியல் முறைப்படி கற்றுக் கொடுக்க வேண்டும்; அதாவது ஒவ்வாரு முறையையும் பற்றி அது ஏன், எதற்காக, எவ்வாறு செய்ய வேண்டும் என்பதைக் குழந்தை தெரிந்துகொள்ள வேண்டும். சிறிது நம்பிக்கையுடன் தான் இதை எழுதுகிறேன். ஏனெனில் எனது நம்பிக்கைக்கு ஆதாரமாக என் அனுபவம் உள்ளது. ஊழியர்களுக்கு நூற்புப் பயிற்சி அளிக்கப்படும் இடங்களிலெல்லாம் இம்முறைதான் அநேகமாகப் பின்பற்றப்படுகிறது. நானும் இதே வழியில் காலணி தைப்பதும், நூற்பதும்கூடக் கற்றுக் கொடுத்திருக்கிறேன். இம்முறையின் கீழ் வரலாறு, புவியியல் போதனைவிலக்கல்ல. இத்தகைய பொது அறிவை வாய் வார்த்தை யாகச் சொல்லித் தருவதுதான் சிறந்த முறை என்பதை நான் காண்கிறேன். படிப்பதையும் எழுதுவதையும்விட இம்முறையில் பத்து மடங்கு அதிக அறிவை ஒருவரால் போதிக்க இயலும். கோதுமைக்கும் உமிக்கும் உள்ள வேறுபாட்டை அறியும் தன்மையை மாணவன் பெற்ற பிறகு அவனுக்கு எழுத்துக்களைக் கற்றுக் கொடுக்கலாம். இது புரட்சிகரமான யோசனையே. ஆனால், இது கணிசமான உழைப்பை மிச்சப்படுத்தும். இது, நீண்டநாள் பயின்று நூற்பதை, ஒரு ஆண்டுக்குள் கற்றுக்கொள்ள மாணவனுக்கு வசதி செய்கிறது. இதனால் பல விதத்திலும் சிக்கனம் ஏற்படுகிறது. மேலும், மாணவன் கைத்தொழிலைப் பயிலும்போதே, கணக்கும் கற்றுக் கொள்கிறான்.

# கல்விப் புதிர்!

நம் குழந்தைகளுக்குக் கல்வி புகட்டுவதற்கு உதவியாக மது வரி வருமானத்தைத் தவிர அரசு வேறு எதையும் நமக்குவிட்டு வைக்கவில்லை. புதிய அரசியல் சீர்திருத்தங்களில் இந்த உண்மைதான் மிகவும் குரூரமான ஒரு விந்தையாகும்! இதுதான் கல்விப் புதிராக இருக்கிறது. ஆனால் அது நம்மைத் திடுக்கிட வைக்கலாகாது. நாம் அதற்குத் தீர்வு காண வேண்டும். அதனால் வேறு என்ன நேருவ தாயினும் சரி, நாம் காணும் தீர்வு நம் மதுவிலக்குக் கொள்கையை விட்டுக்கொடுப்பதாக இருக்கக் கூடாது. மதுவகை வரிகளின் மூலம் கிடைக்கும் வருமானம் இருந்தாலன்றி, நம் குழந்தைகளின் கல்வி பாழ்படும் என்று நினைப்பது வெட்கக்கேடும், இழிவுமாகும். ஆனால் அத்தகைய நிலை எழுமாகில், குறைந்த தீமை என்று அதைத் தேர்ந்தெடுத்துக் கொள்ள வேண்டும். இப்பிரச்சனை நம்மைத் திகைக்க வைக்கக் கூடாது. சிக்கனமானதும், அதே சமயத்தில் நம் பெருவாரி யான கிராம மக்களின் தேவைகளுக்குத் தகுந்ததாகவும் உள்ளதொரு கல்வி முறையை வகுப்பதில் நம் கல்வி நிபுணர்கள் ஒன்றுபட வேண்டும்.

**கேள்வி:** அப்படியானால் மத்தியதரக் கல்வி என்று அழைக்கப் படுவதை நீங்கள் உண்மையாகவே ஒழித்துவிட்டு, கிராமப் பள்ளி களிலேயே மெட்ரிகுலேஷன் வரையில் முழுக் கல்வியும் போதிப் பீர்களா?

**காந்திஜியின் பதில்:** ஆம், நிச்சயமாக. தங்கள் சொந்தத் தாய்மொழியில் இரண்டொரு ஆண்டுகளில் கற்கக்கூடியதை, அந்நிய மொழியில் பாடங்களைக் கற்றுக்கொள்ளும் பயங்கரக் கனவிலிருந்து குழந்தைகளைவிடுவிக்க மனம் வைத்தால், குழந்தைகள் தங்கள் கை கால்களை லாபகரமான வழியில் பயன்படுத்துவதற்குக் கற்றுக் கொடுத்தீர்களானால், கல்விப் புதிர் அவிழ்ந்துவிடும். பிறகு முழு கலால் வருமானத்தையும் கொஞ்சமும் இரக்கமில்லாமல் துறந்து விடலாம். முதலில் கலால் வருமானத்தைத் துறப்பதற்கு உறுதி கொள்ள வேண்டும். அப்புறம் கல்விக்கான வழிவகைகளைப் பற்றி யோசிக்க வேண்டும். இப்பெரும் நடவடிக்கையை எடுப்பதன் வாயிலாகக் கல்விச் சீர்திருத்தத்தை ஆரம்பம் செய்யுங்கள்.

- 'ஹரிஜன்' 21.8.1937

# சுய பலத்தில் நிற்கும் கல்வி

வருமானம் இருந்தாலும் சரி, இல்லாவிட்டாலும் சரி, கல்வி இருந்தாலும் சரி, இல்லாவிட்டாலும் சரி, பூரண மதுவிலக்கை அடைந்தே தீருவதென்ற உறுதியான நம்பிக்கையுடன் துவங்க வேண்டும். அதுபோல, இந்தியக் கிராமங்களின் தேவைகளைக் கவனிப்பதென்றால், நம் கிராமக் கல்வி கட்டாயமாக்கப்படுவதாக இருந்தால், அது சொந்த பலத்தைக் கொண்டு இயங்குவதாக அமைய வேண்டும் என்ற உறுதியான நம்பிக்கையுடன் தொடங்க வேண்டும்.

என்னுள்ளத்தின் ஆழத்தில் முதல் நம்பிக்கை ஊன்றியுள்ளது. எனக்கு மதுவிலக்கே ஒரு லட்சியமாகும். அதையே நான் மாபெரும் கல்விப் பயிற்சி என மதிக்கிறேன். ஆகையால், மதுவிலக்கின் வெற்றிக்காக, கல்வியை அடியோடு துறந்துவிடுவேன். ஆனால் மற்றொரு நம்பிக்கை ஏற்படவில்லை. கல்வி சுய பலத்தின் மீது நிற்பதாக அமைய முடியும் என்று எனக்கு இன்னமும் நம்பிக்கை ஏற்படவில்லை.

அங்கும்கூட நீங்கள் உறுதியுடன் தொடங்க வேண்டுமென்று நான் விரும்புகிறேன். அப்பால் நீங்கள் அதைச் செயல்படுத்தும்போது வழிவகைகள் தானாகவே உங்களை நாடிவரும். மிகவும் வயதான காலத்தில் இந்த அவசியத்தைப் பற்றிவிழிப்பேற்பட்டது குறித்து நான் விசனப்படுகிறேன். இல்லையெனில் நானே இந்தச் சோதனையை நடத்திப் பார்த்திருப்பேன். இப்போதும்கூட, ஆண்டவன் சித்தமிருந்தால் கல்வி சுயபலத்தைக் கொண்டு இயங்க இயலும் என்பதைக் காட்ட என்னால் இயன்றதைச் செய்வேன். ஆனால், இத்தனை ஆண்டுகளாக வேறு பல பிரச்சனைகள் என் காலத்தை எடுத்துக்கொண்டன. அவையும் இதைப்போல் முக்கியமானவையே. சேவா கிராமத்தில் என்னுடைய வாசம்தான், என்னுடைய நம்பிக்கையை உறுதி செய்தது. குழந்தைகளின் மனத்தைத் தூண்டிவிட்டு, வளர்ப்பதென்ற சிந்தனையில்லாமல் இதுகாறும் குழந்தைகளின் உள்ளத்தில் எல்லாவிதமான தகவல்களையும் அடைப்பதில் முனைந்திருந்தோம். இனி அதை நிறுத்திவிடுவோம். உழைப்பின் மூலம் குழந்தைக்குத் தகுந்த முறையில் கல்வி போதிப்பதில்

முனைவோமாக. ஓழிந்த வேளையில் ஈடுபடும் செயலாக இல்லாமல், அறிவுப் பயிற்சிக்கு பிரதான சாதனமென்று கருதி அதைச் செய்ய முற்படுவோமாக. பதினான்கு வயதான குழந்தை, அதாவது ஏழு ஆண்டுகள் கல்விப் பயிற்சியை முடிக்கும் குழந்தை, சம்பாதிக்கும் சக்தி வாய்ந்தவனாக வெளிவர வேண்டும். இப்போதும்கூட, ஏழை மக்களின் குழந்தைகள் தங்கள் பெற்றோருக்கு உதவியாகத் தாங்க ளாகவே முன்வந்து வேலை செய்கிறார்கள். நான் அவர்களுடன் சேர்ந்து வேலை செய்யாவிடில் என் பெற்றோர் எதை உண்பார்கள்? நான் உண்பதற்கு எதைக் கொடுப்பார்கள்? இந்த வளர்ச்சிதான் குழந்தைகளின் மனத்தில் ஊடாடிக்கொண்டிருக்கும் இதுவே ஒரு கல்விப் பயிற்சியாகும். அதே போல, அரசாங்கம் குழந்தைக்கான பொறுப்பை ஏழு வயதில் ஏற்றுக்கொள்கிறது; குழந்தையைச் சம்பா திக்கும் உறுப்பினனாக குடும்பத்திடம் திருப்பித் தருகிறது; கல்வியைப் புகட்டும் அதே சமயத்தில் வேலையின்மையின் ஆணி வேரையும் அறுத்துவிடுகிறது. குழந்தைகளுக்கு ஏதாவதொரு தொழிலில் பயிற்சி இருக்க வேண்டும். இவ்விசேஷத் தொழிலின் அடிப்படையில் அவனது அறிவு, உடல் வளம், அவனது எழுத்து, அவனது கலை உணர்ச்சி போன்ற எல்லாவற்றிலும் பயிற்சி இருக்க வேண்டும். இவ்விசேஷத் தொழிலின் அடிப்படையில் அவனது அறிவு, உடல் வளம், அவனது எழுத்து, அவனது கலை உணர்ச்சி போன்ற எல்லா வற்றிலும் பயிற்சி அளிப்பீர்கள். அவன் கற்கும் கைத்தொழிலில் அவன் நிபுணன் ஆகிவிடுவான்.

**கேள்வி:** கதரை உற்பத்தி செய்யும் கலையிலும் அறிவியலிலும் ஒரு மாணவன் பயிற்சி பெற வருவதாக வைத்துக் கொள்வோம். அக்கைத்தொழிலில் தேர்ச்சி பெற ஏழு ஆண்டுக் காலமும் அவன் ஈடுபட வேண்டுமென்று நினைக்கிறீர்களா?

**பதில்:** ஆம். அவன் அதை வெறும் இயந்திரம் போலக் கற்கவில்லை எனில், ஏழு வருடமும் அதில் ஈடுபட வேண்டியதுதான். வரலாறு அல்லது மொழிகள் பயிலுவதற்கு ஏன் அத்தனை ஆண்டுகள் வைக் கிறோம்? இப்பாடங்களைவிட, கைத்தொழில் பயிற்சி எந்த விதத்தில் குறைவானது? இப்பாடங்களுக்கு இதுவரை கொடுத்திருப்பதெல்லாம் செயற்கை முக்கியத்துவம் அல்லவா?

**கேள்வி:** ஆனால் நீங்கள் பிரதானமாக நூல் நூற்பதையும் நெசவையும் பற்றித்தான் சிந்தித்து வருகிறீர்கள். பல நெசவுப் பள்ளி களாக இப்பள்ளிக்கூடங்களை மாற்றுவது தங்கள் யோசனை போலும். ஒரு குழந்தைக்கு நெசவில் திறமை ஏற்படாதிருக்கலாம்; ஆனால் வேறொன்றில் திறமை இருக்கக் கூடும்.

**பதில்:** உண்மைதான். அப்போது அவனுக்கு வேறொரு தொழிலைக் கற்றுத் தருவோம். ஒரே பள்ளி பல தொழில்களைக் கற்றுத்

தராதென்பது உங்களுக்குத் தெரியும். இருபத்தைந்து மாணவருக்கு ஒரு ஆசிரியர் வீதம் இருக்க வேண்டும் என்பது என் யோசனை. ஆசிரியர்கள் கிடைக்கும் அளவுக்கு எத்தனை இருபத்தைந்து மாணவர் கொண்ட வகுப்புகள் அல்லது பள்ளிகள் வேண்டுமானாலும் வைத்துக்கொள்ளலாம். மேலும், இதில் ஒவ்வொரு பள்ளியும் ஒவ்வொரு தனித்தனித் தொழிலில் விசேஷப் பயிற்சி தருவதாக இருக்கலாம். அதாவது தச்சு வேலை, கருமான் பணி, தோல் பதனிடுதல் அல்லது காலணி தைத்தல் போன்ற தொழில்களில் பயிற்சி தருவதாக இருக்கலாம். ஆனால், ஒரே ஒரு உண்மையை மட்டும் மனத்தில் இருத்திக்கொள்ள வேண்டும். இக் கைத்தொழில்கள் ஒவ்வொன்றின் மூலமும் குழந்தையின் மனத்தை வளர்க்கிறீர்கள் என்ற உண்மை கவனமிருக்க வேண்டும். இன்னொரு விஷயத்தையும் அழுத்திச் சொல்ல விரும்புகிறேன். நகரங்களை மறக்க வேண்டும்; கிராமங்களில் முனைய வேண்டும். கிராமங்கள் பெருங்கடல், நகரங்கள் அப்பெருங் கடலில் ஒரு துளியே. அதனால்தான் நீங்கள் செங்கல், சூளைத் தொழில் போன்ற பாடங்களைச் சிந்திப்பதற்கில்லை. மாணவர்கள் பொதுப் பணி இஞ்சீனியர்களாகவும் இயந்திரவியல் இஞ்சினீயர் களாகவும் வர வேண்டுமெனில், ஏழாண்டுப் பயிற்சி முடிந்த பிறகு இவ்வித உயர்தர விசேஷப் பயிற்சிகளுக்குரிய தனிப்பட்ட கல்லூரி களுக்குப் போவார்கள்.

மேலும், மற்றோர் உண்மையையும் வலியுறுத்த விரும்புகிறேன். கைவேலைப் பயிற்சியிலிருந்து கல்வியைப் பிரித்துவிட்டால், கிராமக் கைத்தொழில்கள் பற்றி மேலாக நினைக்க இடம் உண்டு. உடலு ழைப்பு ஏதோ மட்டமானதென்று கருதப்படுகிறது. ஜாதி அடிப்படை முறையைக் கேவலமாகத் திரித்துவிட்டதால், நூற்பாளர், நெசவாளர், தச்சர்கள், காலணி செய்வோர் போன்றவர்களைக் கீழ்த்தர வகுப்பினர் எனக் கருதலானோம். கைத்தொழில்கள், திறமையான தொழில் களிலிருந்து வேறுபட்டவை என்றும், மட்டமானதென்றும் கருதும் விஷச் சூழல் காரணமாகவே நம்மிடையில் சிறந்த தொழில் நிபுணர்கள் தோன்றவில்லை. அறிவுடைமை அனுபவித்து வந்த அதே சுயேச்சை மதிப்புள்ளதாக இத்தொழில்களும் மதிக்கப் பெற்றிருந்தால், நம்முடைய கைவினைத் தொழிலாளரிடையில் மாபெரும் கண்டுபிடிப்பு அறிஞர்களைப் பெற்றிருப்போம்.

- 'ஹரிஜன்' 8.9.1937

## கல்வி நிறுவனங்களின் பணி

தொழிலாளர்கள் வேலை நிறுத்தம் செய்வதே தீங்கை விளைவிக்கக் கூடியது. மாணவர்கள் வேலை நிறுத்தம் என்பது அதைவிட மிகவும் மோசமானது. அந்த வேலை நிறுத்தம் நியாயமானதாக இருந்தாலும் அநியாயமானதாக இருந்தாலும் தீங்குதான். இறுதியில் அதனால் ஏற்படும் விளைவுகள், அதில் ஈடுபடுபவர்களின் மதிப்பு முதலியவை தான் அதற்குக் காரணம். தொழிலாளர்களைப் போலன்றி மாண வர்கள் படித்தவர்கள். வேலை நிறுத்தங்களின் மூலம் அவர்கள் எந்த லாபமும் பெற முடியாது. தொழிலதிபர்களைப் போல் அன்றி கல்வி நிறுவனங்களின் தலைவர்கள் தம் மாணவர்களுடன் முரண்பட்டுக் கொள்ளுவதில் எந்த அக்கறையும் இருக்க முடியாது. ஆகையால், மாணவர்கள் வேலை நிறுத்தம் என்பது மிகப் பெரிய விளைவுகளை உண்டாக்குகிறது. மிகவும் அசாதாரணமான நிலைமையில்தான் அத்தகைய நடவடிக்கைக்கு நியாயம் இருக்க முடியும்.

நன்கு நடத்தப்படும் கல்லூரிகளிலும் பள்ளிகளிலும் மாணவர்கள் வேலை நிறுத்தம் செய்யும்படியான சந்தர்ப்பங்கள் மிகவும் அரிதாக வேதான் இருக்க வேண்டும். ஆயினும், அம்மாதிரி நிலைமைகளும் ஏற்படக்கூடும். உதாரணமாக, பள்ளிப் பிள்ளைகளும் பெற்றோர் களும் விரும்பிக் கொண்டாடும் ஒரு பண்டிகைக்கு ஒரு தலைமை ஆசிரியர் விடுமுறையளிக்க மறுத்தால், அன்று மாணவர்கள் வேலை நிறுத்தம் செய்வது நியாயமாயிருக்கும். இந்தியாவிலுள்ள மாணவர்கள் தேசத்திற்குத் தாம் செய்ய வேண்டிய கடமையை இன்னும் நன்றாக உணர ஆரம்பிக்கும்போது, இம்மாதிரி சந்தர்ப்பங்கள் இன்னும் அடிக்கடி ஏற்படும்.

ஆசிரியர் தொழில் என்பது மிகவும் கௌரவமானது. அத்தொழி லில் இருப்பவர் மரியாதைக்கு உரியவர். ஆனால், கண்ணியத்தை மீறி நடந்துகொண்ட ஒரு ஆசிரியருக்கு மரியாதை செலுத்துவ தென்பது அசாத்தியமானதாகும்.

திட்டவட்டமான அரசியல் கருத்துகள் உள்ளவர்கள் அல்லது அரசுக்குப் பிடிக்காத அரசியல் கூட்டங்களில் கலந்துகொள்ளும் மாணவர்கள் விஷயத்தில் அரசுக் கல்லூரிகளில் அளவுக்கு மீறி

துன்புறுத்தலும் உளவறிவதும் இருந்து வருகின்றன. நியாயமற்ற இந்தத் தலையீடு உடனடியாக நிறுத்தப்பட வேண்டும். அந்நியர் ஆட்சியின் கீழ் திணறிக்கொண்டிருக்கும் இந்தியா போன்ற ஒரு நாட்டில், தேசிய சுதந்திரத்திற்கான இயக்கங்களில் மாணவர்கள் பங்கு கொள்ளுவதைத் தடுப்பது சாத்தியமில்லை. தங்களுடைய உற்சாகத்தை, படிப்புக்குப் பாதகமில்லாத விதத்தில் அவர்கள் கட்டுப்படுத்திக் கொள்ள வேண்டுமென்று மட்டும்தான் சொல்ல லாம். சண்டை போட்டுக் கொண்டிருக்கும் கட்சிகளுடன் அவர்கள் சேரக்கூடாது. ஆனால், எந்த அரசியல் அபிப்பிராயம் தமக்கு உகந்தது என்று முடிவு செய்து, அதைத் தீவிரமாகப் பரப்பும் உரிமை அவர் களுக்கு இருக்க வேண்டும். வகுப்புகளில் சேரும் பிள்ளைகளுக்கும் பெண்களுக்கும் கல்வியளித்து, அதன்மூலம் அவர்களுடைய ஒழுக்கத்தை உருவாக்க உதவி செய்வதுதான் கல்வி நிறுவனங்களின் பணியாகும்; பள்ளிக்கூடத்திற்கு வெளியே அவர்களுடைய அரசியல் நடவடிக்கைகளிலோ ஒழுக்கத்திற்கு விரோதமான இதர நடவடிக்கை களிலோ தலையிடக் கூடாது.

- 'எங் இந்தியா' 24.1.1929

# உயர் கல்வியைக் கைவிடலாம்

லட்சக்கணக்கான மக்கள் வாழ்க்கை நடத்துவதே கஷ்டமாக இருக்கும்போது, பட்டினியால் லட்சக்கணக்கானவர்கள் மடிந்து கொண்டிருக்கும்போது, நம்முடைய உறவினர்களுக்கு அதிகப் பொருட்செலவில் கல்வியளிக்க வேண்டுமென்று நினைப்பது அக்கிரமமாகும். கல்லூரி அல்லது வகுப்பறையில்தான் மனம் விரிவடையும் என்பதில்லை. கடுமையான அனுபவத்தின் மூலமே அது ஏற்படும். உயர்தரக் கல்வி என்று சொல்லப்படுவதை நாம் கைவிட்டோமானால், உண்மையான உயர்தரக் கல்வியை அளிப் பதற்கும் பெறுவதற்கும் நாம் உண்மையான வழிகளைக் கண்டுபிடிப் போம். ஒவ்வொரு பையனும் தன் கல்விக்கு வேண்டியதைத் தானே சம்பாதித்துக் கொடுக்க வழியில்லையா, இருக்க முடியாதா? அம்மாதிரி வழி எதுவும் இல்லாமலிருக்கலாம். அத்தகைய வழி இருக்கிறதா, இல்லையா என்பது முக்கியமல்ல. அதிகப் பொருட் செலவில் கல்வி பெறுவதை நாம் நிறுத்திக் கொண்டோமானால், நம்முடைய சூழ்நிலைக்கேற்ற விதத்தில் உயர்தரக் கல்வி பெறுவதற்கு ஏதாவது ஒரு வழி கண்டுபிடிப்போம். லட்சக்கணக்கான மக்களுக்குக் கட்டுப்படியாகாததை நாம் பெறுவதில்லை என்று உறுதியுடன் மறுப்பதுதான் பொன்னான விதியாகும். இப்படி மறுக்கும் சக்தி திடீரென்று நம்மிடம் வந்து குதித்துவிடாது. பாமர மக்களுக்குக் கிடைக்காத உடைமைகள் அல்லது வசதிகளை நாம் வைத்துக் கொள்ளுவதில்லை என்ற மனோபாவத்தை வளர்ப்பதுதான் முதல் காரியமாகும். அந்த மனோபாவத்திற்கு ஏற்றவாறு நாம் வாழ்க்கை யைத் திருத்தியமைத்துக் கொள்ள வேண்டியது உடனடியாகச் செய்ய வேண்டிய அடுத்த காரியமாகும்.

- 'எங் இந்தியா' 24.6.1928

# தனக்குத் தானே கல்வி போதனை

பள்ளிக்கூடங்களுக்கும் கல்லூரிகளுக்கும் போனால்தான் அறிவு வளருமென்று நினைப்பது முற்றிலும் ஒரு மூடநம்பிக்கையாகும். பள்ளிகளோ, கல்லூரிகளோ ஏற்படுவதற்கு முன்பே உலகத்தில் திறமைசாலிகள் இருக்கத்தான் செய்தார்கள். தனக்குத் தானே கல்வி போதித்துக் கொள்ளுவதைப் போல் உன்னதமானதும், நிலையானதும் வேறு எதுவுமில்லை. அவசியமில்லாத அறிவைச் சேகரித்து வைத்துக் கொள்ளும் பாத்திரங்களாகவே கல்லூரிகளும் பள்ளிகளும் நம்மில் பெரும்பாலோரைச் செய்து விடுகின்றன. கோதுமையைவிட்டுவிட்டு, தவிடு மாத்திரமே எடுத்துக் கொள்ளப்படுகிறது. பள்ளிக்கூடங் களையும் கல்லூரிகளையும் குறைகூற நான் விரும்பவில்லை. அவற்றிற்கும் உபயோகம் இருக்கிறது. ஆனால், அவற்றை மிகவும் பிரமாதப்படுத்திக் கொண்டிருக்கிறோம். அறிவைப் பெறுவதற்கான பல வழிகளில் அதுவும் ஒன்று.

- 'எங் இந்தியா' 25.6.1931

# உடலுழைப்பும் அறிவு வளர்ச்சியும்

இங்கே உடலுழைப்புக்கு அளவுக்கு மீறிய முக்கியத்துவம் கொடுக்கப்படுகிறது என்பது, உங்களில் ஒருவர் கூறிய குறைகளில் ஒன்றாகும். உடலுழைப்பின் கல்வி அம்சம் மதிப்பு வாய்ந்தது என்பதில் நான் திடமான நம்பிக்கை கொண்டவன். இந்தியாவில் ஏகாதிபத்திய அதிகாரத்தை பலப்படுத்துவதற்கும் நிலை நிறுத்துவதற்குமே நம் இன்றைய கல்வி முறை வகுக்கப்பட்டிருக்கிறது. அதன் கீழ் வளர்க்கப் பட்ட நீங்கள் அதில் ஒரு சுவையை வளர்த்துக் கொண்டிருக்கிறீர்கள். அதனால் உடல் உழைப்பு அருவருப்பாக இருக்கிறது. தெருக் கூட்டுவது எப்படி, கழிப்பறையைச் சுத்தம் செய்வது எப்படி என்பதை யெல்லாம் அரசாங்கப் பள்ளிகளிலோ அல்லது கல்லூரிகளிலோ மாணவருக்குக் கற்றுக் கொடுக்க எவரும் கவலைப்படுவதில்லை. ஆனால் இங்கே உங்கள் பயிற்சியில் துப்புறவும் சுகாதாரமும் அடிப் படையாக இருக்கின்றன. தோட்டி வேலை ஒரு நளினமான கலைக்கு ஒப்பாகும், எனவே இதைப்பாடுபட்டுக் கற்க வேண்டும். எத்தகைய அறிவையும் பெறுவதற்கு, இடைவிடாத கேள்வி கேட்கும் பாங்கும், ஆரோக்கியமான ஆர்வமும் முதல் தேவையாகும், அறிவும் ஆர்வமும் பணிவினாலும் ஆசிரியரிடம் காட்டும் மரியாதையினாலும் பண்பட வேண்டும், அது ஆணவமாக இழிநிலையை அடைந்துவிடக் கூடாது. அறிவை ஏற்பதற்கான உள்ளத்துக்கு ஆணவம் பகை ஆகும். பணிவும் கற்க வேண்டுமென்ற ஆர்வமும் இல்லாவிடில் அறிவு ஏற்பட முடியாது.

அறிவை வளர்த்துக்கொள்வதற்கு, புத்திசாலித்தனமாக இயற்றப் படும் பயனுள்ள உடலுழைப்பு அமைதியான முறையாகும், வேறு விதத்தில் ஒருவர் அறிவுக்கூர்மையை வளர்த்துக் கொள்ளலாம். ஆனால் அது முழுமையான அறிவாக இருக்க முடியாது. அது ஏற்றத் தாழ்வான, தாறுமாறாகச் சிதைந்த அறிவாகவே இருக்கும். அது ஒருவனைப் போக்கிரியாகவும் அயோக்கியனாகவும் செய்துவிடும். சமமாக வளர்ச்சி பெற்ற அறிவு ஏற்படுவதற்கு உடல், அறிவு, ஆன்மா எல்லாம் ஒரே சீராக வளம் பெற்றிருக்க வேண்டும். அதனால்தான் இங்கு நம் பயிற்சித்திட்டத்தில் உடலுழைப்புக்கு நடுநாயகமான ஸ்தானத்தைக் கொடுத்திருக்கிறோம். சமூகத்திற்குப் பயன்படும் உழைப்பு மூலம் வளர்க்கப்பட்ட அறிவு தொண்டுக்கான ஒரு

கருவியாகும். அது எளிதில் வழி தவற இடம் கொடுக்காது அல்லது தப்பு வழிகளில் இறங்கச் செய்யாது. இரண்டாவதாகக் கூறப்பட்ட நிலை சாபத்தீடு ஆகும். இந்த முக்கியமான அம்சத்தை நீங்கள் மனதில் இருத்திக் கொண்டீர்களாயின், பயிற்சி பெறுவதற்கு உங்களை இங்கே அனுப்பி வைத்த அரசாங்கங்கள் செலவிட்ட தொகை வீணாகிவிடாது.

-'ஹரிஜன்' - 8-9-1946

# சிறப்பு அம்சங்கள்

ஏழாம் வகுப்பில் படிக்கும் ஒன்பது மாணவர்களை, காந்திஜியைக் காண்பதற்காக ஸ்ரீஅரியநாயகம் அழைத்து வந்தார், இந்தப்பையன்கள் சேவாகிராமம் ஆதாரப்பள்ளியில் ஓர் ஆண்டுப்பயிற்சியை ஏறக் குறைய முடித்தவர்கள் ஆவர். அவர்கள் சேவா கிராமத்திலிருந்தும் சுற்றுப்புற கிராமங்களிலிருந்தும் வந்த கிராமியச் சிறுவர்கள். வயல்களில் வேலை செய்பவர்களும் பள்ளியைக் கண்டிராதவர்களுக்கு மான மக்களை நாம் பார்த்திருக்கிறோம், அவர்களுடன் ஒப்பிடும் போது, முதல் முயற்சியின் பலனாக உருவான இந்த மாணவர்கள் நம்பிக்கை அளிப்பவர்களாக இருக்கிறார்கள். அவர்கள் சுத்தமாகவும் நல்ல பழக்கவழக்கங்களில் பயிற்சி பெற்றவர்களாகவும் ஒழுங்காகவும் பண்பு அறிந்தவர்களாகவும் இருந்தனர். காந்திஜி அவர்களுடன் வேடிக்கையாகப் பேசினார். அவர்கள் ஆனந்தமாகச் சிரித்துக் கொண்டு அதில் கலந்து கொண்டனர்.

"ஆதாரப்பள்ளியில் ஏழு ஆண்டுப்பயிற்சி முடித்த பின் வெளிவரும் பதினான்கு வயதுப்பையன் எப்படிப்பட்டவனாக இருக்க வேண்டும்?" அந்தப்பையன்களில் ஒருவன் துணிந்து காந்திஜியிடம் மேற்கண்ட வாறு ஒரு கேள்வி கேட்டான்.

இச்சந்தர்ப்பத்தைவிடாமல் அக்கேள்விக்கு காந்திஜி பதில் கூறினார். அவர் கூறியதாவது: "பையன்கள் விஷயத்தில் செய்ய வேண்டிய கடமையைப் பள்ளிக்கூடம் நிறைவேற்றியிருந்தால், பதினான்கு வயதுப் பையன்கள் உண்மை, தூய்மை, ஆரோக்கியம் உள்ளவர்களாக இருக்க வேண்டும்; கிராமப்பற்று உளளவர்களாக இருக்க வேண்டும்; அவர்களுடைய மூளையும் கைகளும் சம வளர்ச்சி பெற்றவையாக இருக்க வேண்டும்; அவர்களிடம் சூது வாது இருக்காது; அவர்களுடைய அறிவு கூர்மையாக இருக்கும்; பணம் சம்பாதிப்பதைப்பற்றி அவர்கள் கவலைப்பட மாட்டார்கள்; தங்களை நாடி வரும் எந்த நேர்மையான பணியையும் தங்கள் கைகளால் செய்யக் கூடியவர்களாக இருப்பார்கள்; நகரங்களுக்குப் போக விரும்ப மாட்டார்கள்; பள்ளியில் ஒத்துழைப்பையும் தொண்டையும் பாடமாகக் கற்ற அவர்கள், அதே உணர்ச்சியைத் தங்களைச் சுற்றிலும் பரப்புவார்கள்; அவர்கள் ஒருபோதும் பிச்சைக்காரர்களாகவோ, பிறர் உதவியை நாடும் புல்லுருவிகளாகவோ இருக்க மாட்டார்கள்."

-'ஹரிஜன்' - 8-9-1946

# மந்திரிகள் மாநாட்டில் கேள்விகள் 1

*கேள்வி: சுயதேவைப் பூர்த்தி என்ற அடிப்படை இல்லாமல் ஆதாரக்கல்வியை நடத்த முடியுமா?*

காந்திஜியின் பதில்: நீங்கள் நிச்சயம் முயன்று பார்க்கலாம். ஆனால், என்னுடைய யோசனையைக் கேட்பதாயின், நீங்கள் அடியோடு ஆதாரக்கல்வியை மறந்துவிடுவதே மேல் என்றுதான் உங்களுக்குச் சொல்லுவேன். ஆதாரக்கல்விக்கு, தன்னிறைவு நிலை ஒரு அடிப்படையான நிபந்தனை அல்ல. என்னைப் பொறுத்தமட்டில், அது மூலாதாரமான சோதனையே ஆகும். ஆரம்பம் முதற்கொண்டே ஆதாரக்கல்விக்குத் தன்னிறைவு தடையாக இருக்கும் என்று அர்த்தமில்லை. ஆதாரக்கல்வித் திட்டத்திற்கான ஏழு வருட காலம் முழுவதையும் கவனிக்குமிடத்து, வரவும் செலவும் சரிக்கட்டிக் கொண்டு போவதாக இருக்க வேண்டும். இல்லையெனில், தங்கள் பயிற்சி முடிவில்கூட, ஆதாரக்கல்வி மாணவர்கள் வாழ்க்கைக்குப் பொருந்தாதவர்களாக இருப்பார்கள். அது ஆதாரக்கல்விக்கே நேர்மாறானதாகும். சுயதேவையைப் பூர்த்தி செய்து கொள்ள முடியாத புதுத்திட்டம் உயிரற்ற உடல் போன்றதாகும்.

*கேள்வி: அடிப்படைக் கைத்தொழில் மூலம் கல்வி புகட்டும் கொள்கையை நாங்கள் ஏற்றுக் கொண்டுள்ளோம். ஆனால் முஸ்லீம்கள் கைராட்டையை எதிர்க்கிறார்கள். பருத்தி விளையும் பகுதிகளில் நூற்பதை நீங்கள் வற்புறுத்துவது சரியாக இருக்கலாம். ஆனால் பருத்தி விளையாத பகுதிகளுக்கு அது பொருத்தமில்லை என்பதை நீங்கள் ஒப்புக் கொள்ளலாகாதா? அத்தகைய இடங்களில், அதற்குப்பதில் வேறொரு கைத்தொழிலை, உதாரணமாக விவசாயத்தை மேற்கொள்ளக்கூடாதா?*

பதில்: இது மிகப்பழைய கேள்வியாகும், கல்விக்கு போதனா முறையாக அமையும் எந்த அடிப்படைக் கைத்தொழிலும் பொது மக்கள் சோதனையில் தேறுவதாக இருக்க வேண்டும். இந்தியா சுதந்திரம் பெறவும் இந்தியா அதன் சுய பலத்தைக் கொண்டே நிற்க வழி செய்யவும் ஒவ்வொரு இல்லத்திலும் கைராட்டினம் ரீங்காரம் செய்ய வேண்டும் என்று நான் 1908 ஆம் ஆண்டிலேயே முடிவு செய்துவிட்டேன். ஒரு கண்ணி பருத்திகூடப் பயிரிடாவிட்டாலும்

இந்தியாவுக்கு ஏன் உலகம் முழுவதற்கும் துணிகளை ஏற்றுமதி செய்யும் நாடாக இங்கிலாந்து இருக்க முடியுமானால், அண்மையிலுள்ள மாநிலத்திலோ அல்லது மாவட்டத்திலோ பருத்தி தருவிக்க வேண்டியிருக்கிறதே என்பதற்காக, நம் வீடுகளில் ஏன் பஞ்சு நூற்கும் பணியை மேற்கொள்ளக் கூடாதென்று விளங்கவில்லை. உண்மையில், ஒரு காலத்தில் பருத்தி விளைவிக்கப்படாத இடம் இந்தியாவில் இருக்கவில்லை. 'பருத்தி சாகுடி நிலங்கள்' என்று பாகுபடுத்தி, குறிப்பிட்ட பகுதிகளில் மட்டும் பருத்தி பயிரிடுவதென்பது சமீபத்தில் ஏற்பட்ட, பொருத்தமில்லாத விளைவாகும், வரி கட்டும் ஏழைக்கும் இந்தியாவில் பஞ்சு நூற்பவனுக்கும் நஷ்டமுண்டாக்கும் வகையில் பருத்தித் துணி உற்பத்தியாளர் நலனுக்காக அம்முறை திணிக்கப்பட்டதாகும். இன்றைக்கும்கூடக் கொட்டைப் பருத்திச்செடி இந்தியாவில் எல்லா இடங்களிலும் பயிராகிறது. நீங்கள் கூறுவது போன்ற வாதம், நம் முன்முயற்சி, நம் தொழில் முயற்சி, நம் சமயோசித புத்தி ஆகியவற்றுக்கான திறமையைக் குறை கூறுவதாக இருக்கிறது. ஒரு இடத்திலிருந்து மூலப்பொருள்களை மற்றோர் இடத்துக்குக் கொண்டு போவதைச் சமாளிக்க முடியாத இடைஞ்சல் எனக் கூறுவதாயின் அது எல்லா உற்பத்திகளையும் கொன்றுவிடும். மேலும், அதற்கு மாற்று அம்மணமாக நிற்க வேண்டியதுதானென்னும் நிலையில், சொந்த முயற்சியைக் கொண்டு ஒரு மனிதன் துணி தரித்துக் கொள்ளச் செய்வது கல்வியேயாகம், பருத்தி நூற்பதில் சம்பந்தமுள்ள பல வகை பக்குவ முறைகளிலும் அடங்கியுள்ள அறிவை அடிப்படையாகக் கொண்ட முயற்சி, மிகவும் உயர்ந்த போதனா மதிப்பு வாய்ந்ததாகும். உண்மையில், வேறு எந்தக் கைத் தொழிலும் செய்யாத வகையில் நூற்பதில் மனிதனுடைய முழுக்கல்வியும் அடங்கியுள்ளது. முஸ்லீம்கள் ஏதோ ஒரு மாயையில் சிக்குண்டிருப்பதால், அவர்களுடைய சந்தேகத்தை இன்று நம்மால் போக்க இயலாமல் இருக்கிறது. மாயையில் சிக்குண்டவர்களுக்கு மாயை முற்றிலும் உண்மையாகவே தோன்றும், ஆனால் நம் நம்பிக்கை தெளிவாகவும் உறுதியாகவும் இருக்கும்பட்சத்தில், நம் முறையை வெற்றிகரமாக நிருபித்துக் காட்டினால், முஸ்லீம்கள் தாமாகவே நம்மிடம் வந்து நம் வெற்றியின் ரகசியத்தைப் போதிக்கும்படி கோருவார்கள். முஸ்லீம் லீகைவிட அல்லது வேறு எந்த முஸ்லீம் ஸ்தாபனத்தையும்விட ஏழை முஸ்லீம் பொது மக்களுக்குக் கைராட்டை அதிகம் உதவியிருக்கிறதென்பதை அவர்கள் உணரவில்லை எனத் தோன்றுகிறது. வங்காளத்தில் நெசவாளிகளில் பெருவாரியானவர்கள் முஸ்லீம்களே. நூல் நூற்கும் முஸ்லீம் மாதர்கள், நெய்யும் முஸ்லீம்கள் ஆகியோரின் கை லாவகமும் கைத்திறமையும் தான் உலகிலேயே உயர்ந்த 'மஸ்லின்' துணி உற்பத்திக்குக் காரணம் என்பதையும் அதுதான் டாக்காவுக்கு உலகப்புகழ் ஏற்படும்படி செய்தது என்பதையும் மறந்துவிடக் கூடாது.

இது மகாராஷ்டிரத்துக்கும் பொருந்தும். ஒருவனுடைய சொந்தக் கடமையை இயற்றுவதில் முனைவதொன்றே, மாயைக்குச் சிறந்த மருந்தாகும். அலை பொங்கியெழும் கால வெள்ளத்தில் சத்தியம் ஒன்றே நிலைக்கும். மற்றவையெல்லாம் வெள்ளத்தில் போய்விடும். என்னை எல்லோரும் கைவிட்டாலும்கூட, நான் தொடர்ந்து சத்தியத்தைக் கடைப்பிடித்தொழுக வேண்டும், இன்று என்னுடைய குரல் செவிடன் காதில் ஊதிய சங்காக இருக்கலாம்; ஆனால் அது சத்தியத்தின் குரலாக இருந்தால், எல்லாக் குரல்களும் ஒடுங்கிய போதிலும் அக்குரல் மாத்திரம் கேட்டுக்கொண்டுதான் இருக்கும்.

## விஷச்சூழல்

"புதிய திட்டத்திற்கான திறமையுள்ள ஆசிரியர்களைப் பயிற்றுவிக்கச் சிறிது காலம் ஆகும். இதற்கிடையில் பள்ளிகளில் கல்வியை அபிவிருத்தி செய்ய என்ன செய்ய வேண்டும்?" இக்கேள் வியை ஸ்ரீ அவினாசிலிங்கம் செட்டியார் ஆங்கிலத்தில் கேட்டார்.

இதற்காக காந்திஜி அவரைக் கிண்டல் செய்யவே எல்லோரும் சிரித்தனர். "ஹிந்துஸ்தானியில் பேச இயலாவிடில், நீங்கள் சொல்ல வேண்டியதைப் பக்கத்தில இருப்பவர் காதில் ரகசியமாகச் சொல்லியிருந்தால், அவர் அதை உங்களுக்காக ஹிந்துஸ்தானியில் மொழி பெயர்த்துச் சொல்லியிருப்பாரே" என்றார் காந்திஜி. அவர் தொடர்ந்து கூறியதாவது:

"இன்றைய கல்வி முறை இந்தியாவுக்கு சுதந்திரத்தைத் தேடித் தராது என்பதையும் அது இந்தியாவின் அடிமைத்தனத்தைத்தான் இன்னும் ஆழமாக வேரூன்றச் செய்யும் என்பதையும் நீங்கள் உணர்ந்து கொண்டால், ஆங்கிலத்தின் ஸ்தானத்துக்கு வேறு ஒன்று வந்தாலும் வராவிட்டாலும்கூட, அதற்கு ஊக்கமளிக்க மறுத்துவிடுவீர்கள். 'நயீதாலீம்' (புதிய கல்வித்திட்டம்) கொள்கைகளின் எல்லை வரம்புக்குள் நீங்கள் செய்ய முடிந்ததை யெல்லாம் செய்து, அத்தோடு திருப்தியடைவீர்கள். அந்த நிபந்தனைகளின் மீது மந்திரிகள் இருப்பதை மக்கள் விரும்பாவிடில், மந்திரிகள் விலகிவிடுவதே மேலானது. உயிரூட்டும் உணவைத் தர இயலவில்லை என்பதால் அல்லது அவ்வுணவு மக்களுக்கு ருசிக்கவில்லை என்பதால் விஷத்தை வழங்குவதற்கு அவர்கள் உடந்தையாக இருக்க முடியாது.

கேள்வி : புதிய கல்வித் திட்டத்திற்கு பணம் தேவையில்லை, மனிதர் தேவை என்று சொல்லுகிறீர்கள். ஆனால், மனிதர்களுக்குப் பயிற்சி தர ஸ்தாபனங்கள் தேவை; ஆகையால் பணம் தேவை. இந்த விஷச் சூழலிலிருந்து மீள்வது எப்படி?

பதில் : இதற்குப் பதிகாரம் உங்கள் கையிலேயே இருக்கிறது. உங்களிடமிருந்தே இது ஆரம்பமாக வேண்டும். 'தருமம் தன்னிட மிருந்தே ஆரம்பமாக வேண்டும்' என்று ஆங்கிலத்தில் ஒரு நல்ல பழமொழி உண்டு. பெரிய பிரபுவைப் போலச் சாய்வான நாற்காலியில்

நீங்கள் அமர்ந்துகொண்டு, உங்களைவிட 'சற்று மட்டமானவர்கள்' வேலைக்குத் தயாராக வேண்டுமென்று எதிர்பார்த்தால், உங்களால் ஒன்றும் இயலாது. நான் பின்பற்றும் வழி அதுவல்ல. எவ்வளவு எளிதாயிருப்பினும் என்னிடமிருந்து, என்னை அடுத்து சூழ்நிலையிலிருந்து தொடங்குவேன். குழந்தைப் பருவத்திலிருந்தே இது என் வழக்கமாக இருந்து வருகிறது. இவ்விஷயத்தில் பிரிட்டிஷ் மக்களின் வாழ்க்கையிலிருந்து ஓர் உதாரணத்தை நாம் எடுத்துக் கொள்வோம். அவர்களில், நாம் விரல்விட்டு எண்ணக்கூடிய ஒரு சிலர்தான் இந்தியாவுக்கு வந்து குடியேறினார்கள். பின்னர் தங்களுக்கென்று ஒரு சாம்ராஜியத்தையே உருவாக்கிக்கொண்டுவிட்டார்கள். அதன் அரசியல் அம்சத்தைவிட அதன் கலாச்சார அம்சம் இன்னும் பயங்கரமானது. அதனால்தான் இன்றைக்கும் தாய்மொழியைக்கூடப் புறக்கணித்து, அடிமை தன் விலங்குகளைத் தழுவிக் கட்டிக் கொள்வது போல ஆங்கிலத்தைக் கட்டித் தழுவும் அளவுக்கு ஆங்கில மோகம் நம்மை ஆட்கொண்டுள்ளது. இந்தியாவில் பிரிட்டிஷாரின் இன்றைய செல்வாக்கிற்குக் காரணமான நம்பிக்கை, முழு மனத்துடன் கூடிய ஈடுபாடு, தியாகம், விடாமுயற்சி முதலியவற்றை எண்ணிப் பாருங்கள். மனமிருந்தால் வழி உண்டு என்பதையே இது காட்டுகிறது. என்ன நேரிடினும் சரி, கை விடுவதில்லை என்ற திட சித்தத்துடன் செயல் புரிவோமாக. அப்பால் கஷ்டங்களெல்லாம் இருந்த இடம் தெரியாமல் மறைந்துவிடும்.

# ஆங்கிலத்தின் இடம்

கேள்வி: இத்திட்டத்தில் ஆங்கிலத்தின் இடம் என்ன? அதைக் கட்டாயப் பாடமாக்க வேண்டுமா? அல்லது இரண்டாவது மொழியாக விருப்பப்பாடமாக மாத்திரமே போதிக்க வேண்டுமா?

பதில்: அதனிடம் குறைபாடுகளிருந்தாலும் என்னுடைய தாய்ப்பாலை நாடுவதைப்போலவே, என்னுடைய தாய் மொழியை நான் பற்றிக் கொள்வேன். அது ஒன்றே எனக்கு உயிர்ப்பால் ஊட்டும். ஆங்கிலத்தின் மீது எனக்கு மிகுந்த ஈடுபாடு உண்டு. ஆனால் அது அதற்குரிய சொந்த இடத்தில் இருக்க வேண்டும், ஏற்கனவே நான் குறிப்பிட்டிருப்பது போல், அதற்கு உரிமையில்லாத இடத்தில் அத்துமீறி வருமானால், நான் அதன் பரம விரோதியாக இருப்பேன்.

# தாய்மொழியும் ஆங்கிலமும்

கல்வித்துறையில் தொடர்புள்ள ஒருவர் பின்வருமாறு எழுதுகிறார்:

'நீங்கள் கண்காணிப்புடன் இல்லாவிட்டால் நகரப்பகுதிகளில் உள்ள ஆதாரக்கல்வி, கிராமங்களிலுள்ள கல்விக்கு மாறுபட்டதாக இருப்பதைக் காண்பீர்கள். உதாரணமாக, தாய் மொழிக்குத் தீங்கு நேரும் வகையில் ஆங்கிலம் கொண்டு வரப்பட்டு அதன் விளைவாக ஆங்கிலம் கற்றவர் உயர்ந்தவர் என்ற ஒருவித மனப்பான்மை வளரத் தொடங்கும்'.

என்னுடைய திட்டம் கிராமங்களைக் கருத்தில் கொண்டு வகுக்கப்பட்டதென்பதை நான் ஒப்புக் கொள்ளத்தான் வேண்டும். அதை விளக்குகையில், இத்திட்டத்தை நகரங்களில் உபயோகிக்கும் போது சில மாறுதல்கள் அவசியம் என்றும் சொல்லியிருந்தேன். கைத்தொழில்களைப் பயிற்று முறையாகப் பயன்படுத்துவதை யொட்டியே அவ்விதம் குறிப்பிட்டிருந்தேன். ஆனால் ஆரம்பக்கல்விக் கட்டத்தில் ஆங்கிலம் இடம் பெறக்கூடுமென்று நான் ஒருபோதும் எண்ணியதில்லை. ஆரம்பக்கல்வி, ஆங்கிலமில்லாத மெட்ரிகுலேஷனுக்குச் சமமாகவே வகுக்கப்பட்டுள்ளது. இதில் சந்தேகத்திற்கே இடமில்லை. குழந்தைகள் மீது ஆங்கிலத்தைத் திணிப்பது, அவர்களுடைய இயற்கையான வளர்ச்சி குளறும்படி செய்வதுடன், அவர்களுடைய கற்பனா சக்தியையும் கொன்றுவிடக்கூடும். மொழியைக் கற்பதென்பது, அடிப்படையில் ஒருவனுடைய ஞாபக சக்தியை வளர்ப்பதாகும். ஆரம்பத்திலேயே ஆங்கிலம் கற்பதென்பது குழந்தைக்கு அனாவசியமான ஒரு சுமையாகி விடும். தாய்மொழியை இழக்கும் விதத்தில்தான் அவன் அதைக் கற்க நேரிடும். தாய்மொழி என்ற உறுதியான பாதையை அடித்தளமாகக் கொண்டே வளர்ச்சி இருக்கவேண்டும். இது, கிராமக் குழந்தையைப் போலவே நகரக் குழந்தைக்கும் அவசியமென்று நினைக்கிறேன். துரதிருஷ்டவசமாக இந்தியா ஒன்றில்தான், தெளிவாகத் தெரிந்த இவ்விஷயத்தை வற்புறுத்த ருசுவும் விளக்கமும் தேவையாக இருக்கின்றன.

– 'ஹரிஜன்' 9.9.1939

# வைத்தியப் பயிற்சிக்கு இடம் உண்டா?

ஆஷாதேவி தம்முடைய தொண்டில் ஆழ்ந்தவர், அனாவசியமாக என்னுடைய நேரத்தை வீணாக்க விரும்பாதவர். இருப்பினும், நான் டில்லிக்குப் புறப்படுவதற்குமுன் ஐந்து நிமிஷ நேரம் என்னைக் கண்டு பேசுவதற்காக அவர் வந்திருந்தார். தாலீமி சங்கத்தில் உள்ள ஆசிரியர்களுக்கு வைத்தியப் பயிற்சி பெற வேண்டியது அவசியமா? டாக்டர்களைப் போலவே அதே நான்கு அல்லது ஐந்து வருட வைத்தியப் படிப்பு தமக்கும் தேவையா? இதைப்பற்றி என் கருத்தைக் கேட்டுத் தெரிந்து கொள்ளவே ஆஷாதேவி வந்திருந்தார். எவ்வளவுதான் முயன்றபோதினும் பழைய கல்வி முறையின் கீழ் எம்.ஏ. பட்டம் பெற்ற ஆஷாதேவியைப் போன்றவர்கள், அதன் செல்வாக்கிலிருந்து அடியோடு விடுபடுவது எவ்வளவு கடினம் என்பதை உடனே நான் உணர்ந்தேன்.

பெருமையடித்துக் கொள்ளக்கூடிய கல்லூரிப் பட்டம் எதுவும் எனக்கு இல்லை. உயர்நிலைப் பள்ளியில் நான் கற்ற சிற்றறிவுக்குக்கூட மதிப்பு வைப்பதை நான் மறந்து நெடுநாளாகிறது. இயற்கை சிகிச்சை யின் ஊற்றில் திளைத்தவன் நான். எனவே, நான் அவரிடம் சொன்னேன்:

"எவ்விதம் உடலை திடமாக வைத்துக் கொள்வது, தாங்களும், தங்களுடைய சுற்றுப்புறமும் ஒவ்வொரு விதத்திலும் சுத்தமாக இருப்பதற்கு என்ன செய்வது என்பதை நம் குழந்தைகள் முதல் பாடமாகக் கற்றுக்கொள்ள வேண்டுமென்று நீங்கள் சொல்கிறீர்கள். உங்களுக்குத் தேவையான வைத்திய அறிவு முழுவதும் இதில் அடங்கியிருக்கிறது என்று நான் உங்களுக்குச் சொல்லுகிறேன். நம் கல்வி கோடிக்கணக்கான கிராமவாசிகளுக்காக, அவர்களுடைய நன்மைக்காக உத்தேசிக்கப்பட்டதாகும். அவர்கள் இயற்கையைச் சார்ந்து வாழ்பவர்கள்; அப்படியிருந்தும் அவர்களுக்கு இயற்கை விதிகள் தெரியாது. தங்களுக்குத் தெரிந்த சிறிதளவு அறிவையும் அவர்கள் நடைமுறையில் அனுசரிப்பதில்லை. கிராமவாசிகளின் பரிதாபகரமான நிலையைக் குறித்து நாம் அறிந்தவற்றிலிருந்து பிறந்ததே 'நயீ தாலீம்'. அதனால், நூல்களிலிருந்து நயீ தாலீமைப் பற்றி அதிகம் தெரிந்து கொள்ள முடியாது. நாம் இது வரை அறிந்ததனைத்தும் இயற்கையின் ஏட்டிலிருந்து பெற்றதாகும்.

அதேபோல, நாட்டு வைத்தியத்தையும் இயற்கையிலிருந்துதான் கற்றுக் கொள்ள வேண்டும். ஆரோக்கியம், சுகாதாரக் கொள்கைகளைக் கற்றறிந்து அவ்விதிகளுக்கேற்பவும் அதே சமயம் தகுந்த நல்ல உணவு முறைகளுக்கேற்பவும் நடக்க வேண்டும்; இதுவே இயற்கை கிகிச்சை யின் சாரமாகும். இவ்விதம் ஒவ்வொருவரும் தனக்குத்தானே டாக்ட ராக இருக்க முடியும். உயிர் தரிப்பதற்காக உணவு அருந்தி, பஞ்ச பூதங்களான மண், நீர், ஆகாயம், சூரியன், காற்று ஆகியவற்றுடன் தோழமை கொண்டு, இவற்றுக்கெல்லாம் சிருஷ்டி கர்த்தாவான ஆண்டவனுக்குத் தொண்டனாக இருக்கும் எவரும் நோய்வாய்ப்பட மாட்டார். அவர் அவ்வாறு வாழ்ந்தால், ஆண்டவனிடம் நம்பிக்கை பூண்டு நிமம்தியாக வாழ்ந்து சாந்தமாக இறப்பார். அவரது கிராமத்தின் வயல்களில் ஏதாவது மூலிகைகள் இருந்தால், அவற்றை அவர் உபயோகிக்காமல் இம்மாதிரி வாழ்ந்து மடிகிறார்கள். அவர்கள் டாக்டரைப் பற்றி நேரில் பார்த்திருக்க மாட்டார்கள் என்பதும் நிச்சயம். நாம் உண்மையில் கிராம மனப்பான்மை கொண்டவர்களாக வேண்டும். கிராமக்குழந்தைகளும், வயதானவர்களும் நம்மிடம் வருகிறார்கள். உண்மையாக வாழ்வது எப்படி என்பதை நாம் அவர்களுக்கு போதிப்போம். சுகாதாரக்குறைவு, தவறான உணவை உட்கொள்வது, ஊட்டமின்மை ஆகியவைதான் நூற்றுக்கு 99 நோயாளிகள் துன்பப்படுவதற்குக் காரணமாகும் என்று டாக்டர்கள் உறுதியாகக் கூறுகிறார்கள். இந்த 99 சதவிகிதம் பேருக்கு வாழும் கலையைப் போதித்தால், மீதியுள்ள ஒரு சதவிகிதம் பேரை மறந்து விட்டாலும் பாதகமில்லை. டாக்டர் சுசீலா நய்யாரைப் போன்ற தரும சிந்தை மிக்க வைத்தியர் அவர்களுக்குக் கிடைக்கலாம், அவர் களைப் பற்றி நாம் கவலைப்பட வேண்டியதில்லை. அன்று சுத்தமான தண்ணீர், நல்ல நிலம், இளங்காற்று ஆகியவற்றை நாம் அறியோம். ஆகாயத்தின் சூரிய ஒளியின் அளவிலா மதிப்பு நமக்குத் தெரியாது. இந்தப் பஞ்ச பூதங்களையும் விவேகத்துடன் பயன்படுத்துவோமாயின், தகுந்த உணவை அருந்துவோமாயின், நாம் பல யுகங்கள் செய்ய வேண்டிய வேலையைச் செய்தவர்கள் ஆவோம். இந்த அறிவைப் பெறுவதற்கு நமக்குப் பட்டங்களோ, அல்லது கோடிக்கணக்கில் பணமோ தேவையில்லை. நமக்கு வேண்டியதெல்லாம், ஆண்ட வனிடம் அழிவிலா நம்பிக்கையும் தொண்டு புரியும் ஆர்வமும் இயற்கையின் பஞ்சபூதங்களையும் ஊட்டமளிக்கும் உணவையும் பற்றிய அறிவுமேயாகும். இதையெல்லாம் பள்ளிகளிலும் கல்லூரி களிலும் நேரத்தை வீணாக்காமலே பெற முடியும்.'

- 'ஹரிஜன்' - 1-9-1946

# கல்வி நிபுணர்களிடையே

பாட்னாவில் 1947ஏப்ரல் மாதம் 22, 23 தேதிகளில் நடந்த ஹிந் துஸ்தானி தாலீமி சங்கக் கூட்டத்தில், அதன் அங்கத்தினர்களிடையே காந்திஜி தமது உள்ளத்திலிருப்பதைக் கொட்டிப் பேசினார். காந்திஜி கூறியதாவது:

"வரவு - செலவுத் திட்டம் பற்றி விவாதிக்கையில், எடுத்த எடுப்பிலேயே அரசாங்கத்தை நம்பியிருக்கும் மனநிலை உங்களுக்கு இருக்கக் கூடாது. நாம் கோரும் அளவுக்கு எவ்வளவும் தருவதற்கு அவர்கள் தயாராக இருப்பார்கள். ஆனால், அவர்களை நம்பியிருக்கத் தொடங்கிவிட்டால் அத்தோடு 'ஆதாரக்கல்விக்கு முடிவு கட்டிவிட வேண்டியதுதான். மூன்ற ஆண்டுகளுக்கான வரவு-செலவுத் திட்டம் சமர்ப்பிக்கப்பட்டுள்ளது. அக்கால முடிவில் இவை முழுதும் தன்னைக் கட்டிக்கொண்டு போவதாக இருக்க வேண்டும் . ஆதலால் அதற்கேற்ப வரவு செலவுத் திட்ட மதிப்பீடுகளை அமைக்க வேண்டும். அக்கால முடிவில் அவர்கள் வெற்றி பெற முடியாவிடில் நாட்டின் முன்னிலையில் தோல்வியை ஒப்புக் கொள்ள வேண்டும். தோல்வியை நன்கு உணர்ந்து கொண்டுவிட்டால், தோல்வியே வெற்றியை எட்டுவதற்கான ஒரு படியாக இருக்கும்'.

**உங்கள் எல்லைகளை உணருங்கள்**

சென்னையில் ஹிந்துஸ்தானி தாலீமி சங்கம் பயிற்சிப்பள்ளி நடத்த வேண்டுமென்றும், அதற்கான செலவைச் சென்னை அரசாங்கம் ஏற்றுக் கொள்ள வேண்டுமென்றும் சென்னைக் கல்வி மந்திரி ஸ்ரீஅவினாசிலிங்கம் செட்டியார் கூறினார். அக்கோரிக்கையைப் பற்றிப் பேசுகையில், காந்திஜி குறிப்பிட்டதாவது: 'உங்களுடைய சக்திக்கு மீறிய பணிகளை நீங்கள் மேற்கொள்ளக்கூடாது. அவ்விதம் ஏற்றுக் கொண்டால் நீங்கள் உங்களுடைய சொந்த சக்தியை வீணாக்கிக் கொள்வதுடன், சென்னை அரசையும் தரும சங்கடத்திற்கு உள்ளாக்கியவர்களாவீர்கள். இன்று அதிகாரத்தை மேற்கொண்டு விட்டதால், காங்கிரஸ் அரசாங்கங்களின் கைக்குச் கோடிக்கணக்கில் தொகை வந்துள்ளது. தங்களின் போதுமான அளவுக்குப் பணியை ஏற்கவும் வெற்றியை உறுதியாக்கவும் ஆசிரியர்கள் இருக்கும்பட்சத்தில், சாதக பாதகங்களைச் சீர்தூக்கிப்பார்த்து நிறுவனத்தை நடத்த வேண்டியது சங்கத்தின் கடமையாகும். உங்களுடைய சக்தியின் எல்லையை அறிந்து கொள்வது நல்லது'.

**மூன்று அம்ச அபிவிருத்தி**

காந்திஜி தொடந்து கூறினார்:

நம் கல்விமுறை மனம், உடல், ஆன்மா ஆகிய மூன்றின் வளர்ச்சிக்கும் வழி செய்வதாக இருக்கிறது. சாதாரணக் கல்வி முறை மனத்தை மட்டுமே கவனிக்கிறது. 'ஆதாரக்கல்வி' என்பது சிறிதளவு நூற்பு, சிறிதளவு குப்பைகளைப் பெருக்கிச் சுத்தம் செய்வது ஆகிய போதனையுடன் நின்றுவிடுவதல்ல; அவை எவ்வளவுதான் இன்றியமையாதவை என்றாலும் மேலே குறிப்பிட்ட மனம், உடல், ஆன்மா ஆகியவற்றின் ஒருமுகமான வளர்ச்சியை மேம்படுத்தினா லன்றி புதிய திட்டத்தினால் யாதொரு பலனுமில்லை. இன்று நான் வேறு பணியில் ஈடுபட்டிருக்கிறேன். எனினும், 'ஆதாரக்கல்வி' ஒருபோதும் என் மனத்தைவிட்டு அகலுவதில்லை.

**கதரின் இடம்**

'ஆதாரக்கல்வி'யில் கதரின் இடம் பற்றி அடுத்தாற்போல காந்திஜி எடுத்துரைத்தார்: 1908இல் தென்னாப்பிரிக்காவில் இருக்கும்போது என் மனத்தில் கதர் முக்கியமான இடத்தைப் பெற்றது. இதைவிடச் சிறந்த சர்வ ஆம்ச கிராமக் கைத்தொழிலை அறிந்திருந்தால், கதர் அடிப்படையில் 'ஆதாரக்கல்வி' அமைவதை நான் வலியுறுத்த மாட்டேன். எல்லோரும் நாள்தோறும் ஒரு மணி நேரம் நூல் நூற்றால், இந்தியா அதன் தேவைக்கு வேண்டிய துணிகளை எல்லாம் உற்பத்தி செய்து கொள்ள முடியும். ஆனால், அதற்கு நாள் ஒன்றுக்கு ஆறு மணி நேரம் தேவைப்படுமானால், அப்பால் கதருக்கு இடமில்லை, ஏனென்றால், மக்கள் செய்ய வேண்டிய மற்ற அலுவல் களும் உள்ளன அல்லவா? அவர்கள் உணவு உற்பத்தி செய்ய வேண்டும்; சிறிதளவு அறிவுப்பணியும் செய்ய வேண்டும். ஆதாரக் கல்வி அடிமைகளைவிரட்டுவதற்கு இடமில்லை. நூற்பில் ஈடுபடும் ஒரு மணி நேரமும், நூற்பாளரின் ஒரு மணி நேர சுயவளர்ச்சிக்கு ஒப்பாகும்.

**கதரும் ஆதாரக்கல்விக்குப் பின்பும்**

"சையத் தெயின் சாகிப் ஆதாரக்கல்விக்கு மேல்படிப்புக் கட்டத்தி லாவது, பஞ்சாலை முறைகளைச் சொல்லித்தர வேண்டும் என்றார். அதை நான் ஏற்க முடியாது. ஆதாரக்கல்விக்கு மேல் படிப்புக் கட்டத்திலும் கை நூற்பு போதனா முறைதான் சிறந்தது." எனவே, கோடிக்கணக்கான மாணவர்களுக்கு அவசியமான அந்தத் தொழிலில் விதிவிலக்கு அளிக்க முடியாது. தக்ளி, துடைப்பம் பற்றி தாம் எழுதிய கட்டுரையை நேற்று தேவ்பிரகாஷ் காட்டினார். அவர் எழுதியுள்ளது அத்தனையும் உண்மையாக இருந்தால், இவ்விரு முறைகளையும் கற்றுக் கொள்வதில் மிகுந்த அறிவைப் பெற முடியும். இதை,

ஆதாரக்கல்வி காலத்திற்குள் பூர்த்தி செய்ய இயலாது. எல்லோருடைய நன்மைக்கும் பொருந்தக்கூடிய வகையில் இந்த அத்தியாவசியக் கைத்தொழில்களின் விஞ்ஞானத்தையெல்லாம் உருவாக்கவில்லை, நம்மிடமுள்ள குறை இதுதான். பஞ்சாலை நூற்பு, நெசவுக்கு அடிப் படை தக்ளியும் கைத்தறியுமாகும். நம்மைச் சுரண்ட வேண்டியிருந்த தால், மேனாட்டில் பஞ்சாலைகளை உற்பத்தி செய்தார்கள். நமக்கு எவரையும் சுரண்ட வேண்டிய தேவையில்லை. ஆகையால், நமக்குப் பஞ்சாலைகள் தேவையில்லை. ஆனால் நமக்கு தக்ளி, கைத்தறி பற்றிய விஞ்ஞானம் தெரிய வேண்டும், இதிலெல்லாம் நாம் மேனாட்டி னரைக் காப்பியடித்தால் அது இந்தியாவுக்கும் உலகுக்கும் அழிவைத் தேடுவதாகும்".

**கதரும் பஞ்சாலைகளும்**

பள்ளிகளிலிருந்து வரும் பையன்கள் வேலைக்காகப் பஞ்சு ஆலைகளை எதிர்பார்த்துக் கொண்டிருப்பதால், கல்வி நிபுணர்கள் இக்கருத்தையொட்டிச் சிந்தை செய்வது சிரமமாயிருக்கிறது என்று டாக்டர் ஜாகிர் ஹுசேன் சொன்னார்.

அவருக்குப் பதிலளிக்கையில் காந்திஜி கூறியதாவது: என் கருத்துக்கு இசைய அமைந்த பள்ளியில் தேறி வரும் பையன்கள் வேலைக்காகப் பஞ்சாலைகளை எதிர்பார்க்க மாட்டார்கள், உண்மையில் சொல்லப் போனால், கதரும், மில் துணியும் அடுத்தடுத்துள்ள இடங்களில் விற்கலாகாது. நம் பஞ்சாலைகள் தங்கள் துணிகளை இந்தியாவுக்கு வெளியில் விற்க வேண்டும். லங்காஷயரில் உற்பத்தியாகும் துணிகள் இங்கிலாந்தில் கிடைப்பதில்லை. அவை முழுவதும் வெளிநாடுகளுக்கே ஏற்றுமதி செய்யப்படுகின்றன, நம் பஞ்சாலைகளும் துணிகளை அயல் நாட்டுச் சந்தைகளில் நீண்ட காலத்திற்கு விற்க முடியாது'.

**நம்முடைய வழி**

"ஆயினும், சுற்றிலும் சூழ்நிலை முழுவதும் பஞ்சாலைகள் பற்றிய பேச்சாகவே இருப்பதால், உங்களுடைய சங்கடத்தை என்னால் உணர முடிகிறது. நம் மந்திரிகளும்கூட, பஞ்சாலைகளைப் பற்றியே பேசுகிறார்கள். நம்முடைய கொள்கைக்காக நாம் உயிரைக் கொடுக்க வேண்டும்; அதுதான் நமக்கு முன் உள்ள வழி, கதரில் உண்மையில் நமக்கு நம்பிக்கை இருக்குமாயின், அதற்காக உயிர் வாழ வேண்டும்; அதைப்பரப்ப வேண்டும்; தேசிய நன்மைக்காகவே சரியான பணியையே செய்து கொண்டிருக்கிறோம் என்பதை மந்திரிகள் உணரும்படி செய்ய வேண்டும்.

'காங்கிரஸ் ஹிந்துஸ்தானி தாலீமி சங்கத்தை அமைத்தது; ஆனால் அதில் எவ்வித அக்கறையும் காட்டவில்லை. அதேபோல சர்க்கா சங்கமும் காங்கிரசின் படைப்பே. ஆனால் காங்கிரஸ் அதில் அக்கறை

காட்டி அதைத் தனது சொந்தமாக்கிக் கொள்ளவில்லை. இன்று இந்த நிறுவனங்களையெல்லாம் யார் கவனிக்கிறார்கள்? காங்கிரஸ் காரர்களும் சற்று பணமும் சற்று அனுபவமும் மட்டுமே இருந்தபோது நிர்மாண வேலைகளில் சிறிது கவனம் செலுத்தினார்கள். ஆனால் இன்று அரசாங்கம் முழுவதும் நம் கையில் இருக்கிறது. மந்திரிகளின் கைக்கு வந்த அதிகாரத்தை அவர்கள் இன்னும் ஜீரணித்துக் கொள்ளவில்லை. அதற்கு அவர்களுக்குப் பல நாட்களாகும்.'

**அதே செல்வாக்கில்லை**

ஆதாரக்கல்வியின் பணி ஒரு புதிய சமூக ஒழுங்கைப் பரப்புவதே என்பதைத் தாங்கள் உணர்ந்திருக்கிறீர்கள், அதிகாரம் வகிக்கும் மந்திரிகள் ஒருகால் சங்கத்தின் கருத்தைப் பரிபூரணமாகப் பகிர்ந்து கொள்ளவில்லை என்று தோன்றுகிறது. அரசாங்கமும் சங்கமும் இணக்கமாக நடவடிக்கைகளை எடுத்துக் கொள்ள உதவ வேண்டும், இல்லையெனில் சங்கம் மறைந்துவிட வேண்டும் என்று காந்திஜியிடம் டாக்டர் ஜாகிர் ஹீசேன் கேட்டுக்கொண்டார். அவருக்குப் பதிலளிக் கையில் காந்திஜி கூறியதாவது: 'முன்பிருந்தது போல, அவ்வளவு செல்வாக்கு இப்போது எனக்கு இல்லை என்பதை நான் ஒப்புக் கொள்கிறேன். அரசாங்கத்தின் அசிரத்தைக்காக அவர்களை நான் குறை கூறவில்லை. அவர்களுக்கு ஒரு ஸ்தாபனம் கிடைத்துள்ளது. அதை வைத்துக்கொண்டு அவர்கள் பணி புரிய வேண்டும். நான் மந்திரியாக இருந்திருந்தால், நானும் இதைப்போலவே நடந்து கொண்டிருப்பேனோ, என்னவோ? ஆயினும், பண்டித ஜவாஹர் லாலுடனும் மற்றவர்களுடனும் இவ்விஷயங்களைப் பற்றிப் பேசி வருகிறேன். கல்வி நிபுணர்களின் கடமைகளிலொன்று விசயங்களை விளக்குவதாகும் அல்லவா?'

டாக்டர் ஜாகிர் ஹீசேன்: "காங்கிரஸ் அதன் கல்விக்கொள்கைகளை மந்திரிகளுக்கு ஒருபோதும் விளக்கிக் கூறுவதில்லை. இதில்தான் குறையெல்லாம் இருக்கிறது. இங்கு வருவதற்கு முன் மௌலானா அபுல்கலாம் ஆஸாத்தைச் சந்தித்தேன். அவர் அனுதாபம் தெரிவித் தார். சங்க அங்கத்தினர்களைச் சந்திக்கவிரும்புவதாகக் கூறினார். அவரைப் பார்ப்பதென சங்க உறுப்பினர்கள் முடிவு செய்துள்ளனர்".

காந்திஜி :"ஆரம்பத்திலேயே உங்களை அரசு அழைத்திருக்க வேண்டும். சங்கத்தின் மேற்பார்வையில் ஸ்ரீசார்ஜண்ட் வேலை செய்ய வேண்டும். அவர்கள் உங்களுக்கு அழைப்பு அனுப்பவேண்டுமென்று அரசாங்கத்துக்கு நான் யோசனை கூறியிருந்தேன்."

**சமயக்கல்வி**

டாக்டர் ஜாகிர் ஹீசேன்: " சமயக்கல்வி சம்பந்தமாக நம் பள்ளி களில், மதத்தை அறிந்தவர்கள் வந்து கற்றுக் கொடுப்பதற்கான வசதி

களைச் செய்து சமயக்கல்விக்கான நேரத்தையும் ஒதுக்க வேண்டும். அனாவசியமாக அரசு தலையிடுகிறது என்ற எண்ணம் ஏற்படாமல் தவிர்க்க வேண்டும். இவ்விஷயத்தில் அரசு இதற்குமேல் எதுவும் செய்யக்கூடாது".

காந்திஜி :"காந்திஜி இதைப்பற்றி நீங்கள் மௌலானா சாகிபுடன் பேசிக் கொள்ள வேண்டும். அரசு சமயக்கல்விக்கு வசதி செய்வ தென்பதை நான் ஒப்புக்கொள்ளவில்லை. தவறான வகையைச் சேர்ந்த சமயக்கல்வியைப் புகட்டவிரும்பும் சிலர் இருக்கக் கூடும். அவர்களை உங்களால் தடுக்க முடியாது. அவ்வாறு செய்ய முயன்றால், அதன் விளைவு இன்னும் மோசமாக இருக்கும். சட்டம், ஒழுங்கு அல்லது ஒழுக்கத்துக்கு பங்கமில்லாத வகையில், சமயக்கல்வி புகட்டவிரும்பு வோர் தமது சொந்தப் பொறுப்பில் அதைச்செய்யலாம். பொதுவான தும், எல்லாக்கட்சியினரும் சம்மதிக்கக்கூடியதுமான கொள்கைகளை அடிப்படையாகக் கொண்ட தார்மீக முறைகளை மட்டுமே அரசாங்கம் கற்பிக்க முடியும். ஏனெனில், நம் அரசு சமயச்சார்பு எதுவும் இல்லா அரசாங்கம் அல்லவா?"

**சான்றிதழ்கள்**

ஆதாரக்கல்வியில் தேறிச் செல்லுவோருக்குச் சான்றிதழ்கள் வழங்குவதைப் பற்றிய பிரச்சனை எழுந்தது. அதற்குச் சுருக்கமான, திட்டவட்டமான பெயர் இருக்க வேண்டுமென்றும், சிறிதுகூட மிகை படுத்தாமல், அபேட்சகரின் தகுதிகளைத் தெளிவான ஹிந்துஸ் தானியில் சான்றிதழில் குறிப்பிட வேண்டுமென்றும் காந்திஜி கூறினார். "ஒரு விஷயத்துக்கு ஆடம்பரமான பெயர் கொடுத்து, அதன் மதிப்பு அதற்கு ஈடாக இல்லையெனில், அதை வழங்குவோருக்கு அது பெருமை தருவதாக இராது" என்றார் காந்திஜி.

**கூட்டுக்கல்வி**

தாலீமி சங்கத்தின் கூட்டுக்கல்விக்கொள்கை, சென்னைக்கு உகந்ததல்லவென்று சென்னைக் கல்விமந்திரி ஸ்ரீ அவினாசிலிங்கம் செட்டியார் குறிப்பிட்டார். அவர் மேலும், கூறியதாவது: "குழந்தை களிடையிலும் வயதானவர்களிடையிலும் கூட்டுக்கல்வி இருப்பதை நான் ஆட்சேபிக்கவில்லை. வயது வந்தவர்களுக்குத் தங்களுடைய மனோ நிலை தெரியும். 15 அல்லது 16 வயது எதையும் எளிதில் நம்பும் பருவமாதலால், அப்போது கூட்டுக்கல்வி அளிப்பதை நான் ஆதரிக்கவில்லை. அந்த வயதில்தான் பெரும்பாலோரான பெண்களும் பயிற்சிப்பள்ளிகளுக்கு வருகிறார்கள்.

ஆனால் காந்திஜி அவரது கருத்தை ஏற்கவில்லை. "உங்கள் பள்ளிக் கூடங்களில் கூட்டுக்கல்வியை வைத்துக்கொண்டு உங்கள் பயிற்சிப் பள்ளிகளில் வைத்துக்கொள்ளவில்லை என்றால், எங்கேயோ ஏதோ

தவறு நேருவதாக இருப்பினும், என் குழந்தைகளை அப்பள்ளிக்குச் செல்ல நான் அனுமதியளிக்க வேண்டும். ஆண்-பெண் என்ற இந்த மனோபாவத்தை ஏதாவதொரு நாள் நாம் விட்டொழிக்க வேண்டி யிருக்கும். மேனாட்டிலிருந்து நாம் உதாரணங்களைக் கொண்டு வரக் கூடாது. பயிற்சிப்பள்ளிகளிலும் கூட, ஆசிரியர்கள் புத்திசாலிகளா கவும் தூய்மையானவர்களாகவும் ஆதாரக்கல்வி உணர்ச்சி நிரம்பியவர்களாகவும் இருந்தால், எவ்வித அபாயமும் ஏற்படாது. ஏதோ தற்செயலாகச் சில நிகழ்ச்சிகள் நடப்பதாக வைத்துக்கொள் வோம். நாம் அவற்றைக் கண்டு பயந்துவிடக்கூடாது. அவை எந்த இடத்திலும் நிகழக் கூடியவைதான். நான் இவ்விதம் துணிச்சலாகச் சொல்லிவிட்ட போதிலும் அதிலுள்ள அபாயங்களை நான் அறியாம லில்லை. பொறுப்பு வாய்ந்த மந்திரி என்ற முறையில் நீங்கள்தான் நன்கு யோசித்து அதற்கேற்ப செயலாற்ற வேண்டும்."

**கதரும் சுய ஆதரவும்**

தன்னைக் கட்டிக்கொண்டு போகும் நிலை பற்றிப் பேசுகையில் வேறு சில தொழில்களைவிட, உதாரணமாக தச்சு வேலையைவிட நூற்பு, நெசவுத்தொழில் மிகக்குறைவான வருமானம் தரக்கூடியதாக இருக்கிறது என்று ஸ்ரீஜாஜூஜி சொன்னார். ஏழு ஆண்டுகள் பயிற்சிக்குப் பிறகும்கூட, ஆதாரக்கல்விக் கட்டத்திலிருந்து தேறிவரும் மாணவர்கள் தன்னைத்தானே ஆதரித்துக்கொள்ளும் நிலையில் இருப்பார்களா என்பது சந்தேகம்தான் என்றும், சர்க்காவிகிதப்படி அவர்கள் நாளொன்றுக்கு ஆறு அல்லது எட்டு அணாதான் சம்பாதித்துக் கொள்ள முடியும் என்றும் அவர் கூறினார்.

காந்திஜி சொன்னதாவது: "நாம் பணத்தை மையமாக வைத்துக் கொண்டு சிந்திக்கலாகாது. நம் எல்லோருக்கும் துணி தேவையாக இருக்கிறது. ஆகவே நம் நடவடிக்கைகளுக்கெல்லாம் கதர்தான் நடுநாயகமாக இருக்கிறது. ஏழு லட்சம் கிராமங்களுக்குத் துணி வழங்க வேண்டிய பிரச்சனை நம்முன் உள்ளது. நெசவாளிகளுக்கு அதிகக்கூலி விகிதங்கள் கொடுத்து நம் நூல்களை நெய்து கொள்கிறோம். நூற்பு விசயத்தில் சொன்னது போலவே ஒவ்வொரு வரும் நெசவும் கற்றுக்கொள்ள வேண்டுமென்று நான் வற்புறுத்துவது எனது தவறு ஆகும். ஆயினும், அதற்காகச் செலவு செய்யும் நேரம் அதிகமில்லை என்பதை நாம் கவனிக்க வேண்டும். நமக்குள்ள நேரம் முழுவதும் அதிலேயே புனராலோசனை செய்ய வேண்டியிருக்கும்."

**அன்புப்பணி**

"ஆதாரக்கல்வி ஆசிரியர் கைத்தொழில் கல்வி நிபுணராக இருப் பார், ஊதியத்துக்காக மட்டும் அவர் அத்தொழிலில் ஈடுபட்டவராக இருக்க மாட்டார். சம்பளம் அல்லது ஊதியம் என்பது மோசமான சொல் ஆகும். அவர் பெறும் தொகைக்கு தகுதி வாய்ந்த தொழி

லாளியாகவே இருப்பார். அவரின் மனைவி மக்களும் தொழிலாளிகளாகவே இருப்பார்கள். இம்முறையில்தான் உண்மையான கூட்டுறவு உதயமாகும். இந்தியாவிலுள்ள ஒவ்வொரு கிராமத்திலும் இவ்விதத்தில்தான் நயீ தாலீம் பரவ முடியும்".

**விவசாயம் - ஆதாரக் கைத்தொழில்**

"விவசாயத்தை ஏன் அடிப்படைக் கைத்தொழிலாக வைத்துக் கொள்ளக்கூடாது என்று சிலர் கேட்கிறார்கள். நூற்பதில் உள்ள கல்வி போதனைச் சாத்தியக்கூறுகள் இதில் இல்லை என்பதே எனது பதிலாகும். உதாரணமாக, நூற்பதிலுள்ள கை லாவகத்தை இது வளர்க்க முடியாது. தொழிலை போதிப்பது மட்டும் ஆதாரக்கல்வியின் அலுவல் அல்ல, அதன் மூலம் முழு மனிதனையும் உருவாக்குவதே அதன் நோக்கமாகும்."

நான் விவசாயத்திலிருந்து ஆரம்பிக்காவிட்டாலும் கடைசியில் அது வந்தே தீரும். ஏனென்றால், புதிய கல்வியில் துறைவிரிவானது. என் உத்தேசப்பள்ளியின் மாணவர்களும் ஆசிரியர்களும் தங்களுக்குத் தேவையானதையெல்லாம் ஒன்று சேர்ந்து தேடிக்கொள்ள வேண்டும். நயீ தாலீம் ஆசிரியர் முதல்தரக் கைத்தொழில் நிபுணராக இருக்க வேண்டும். அப்பால், கிராமத்திலுள்ள எல்லாக் குழந்தைகளும் பள்ளிக்கூடத்தைத் தாங்களாகவே நாடி வருவார். இவ்வாறாக, கல்வி தானாகவே இலவசமான சர்வடினக்கல்வியாகிவிடும்.

இன்று கிராமத்தில் பயிராகும் காய்கறிகள், கிராமவாசிகளின் உபயோகத்திற்குக் கிடைப்பதில்லை. இந்தியாவில் இன்றைய நிலைமை இதுதான். திருவாங்கூர் கிராமங்களில் உள்ளவர்கள் அங்கு காய்க்கும் தேங்காய்களைப் பயன்படுத்த முடியாது. அவை ஓரிடத்தில் திரட்டப்பட்டு, நகரங்களுக்கு அனுப்பப்படுகின்றன. எங்கு ஆதாரப்பள்ளிகள் வருகின்றனவோ அங்கெல்லாம் இந்த முரண்பாடுகள் மறைந்தொழியும். மேலும், அன்று அதிகப்பணம் கிடைக்கக்கூடிய அபினி, புகையிலை, பருத்தி முதலிய பயிர்களைச் சாகுபடி செய்கிறோம். ஆனால் நயீ தாலீம் முறையில் பயிற்சி பெற்றவர்கள், தங்களுக்குத் தேவையான உணவுப்பயிர்களையே சாகுபடி செய்வார்கள்."

-ஹரிஜன் 9-11-1947

# செயல் முக்கியம், வெறும் சிந்தனை அல்ல

டாக்டர் ஜி.எஸ்.அருண்டேல் 'ஓரியண்ட்' சித்திர வாரப்பத்திரிகைக்குக் கட்டுரையொன்று எழுதியிருக்கிறார். அதன் பிரதியை முன் கூட்டியே எனக்கு அனுப்பி வைத்திருக்கிறார். அதனுடன் சேர்த்து எனக்குப் பின்கண்ட கடிதமொன்றையும் அனுப்பியிருக்கிறார்:

"இந்நாட்டில் கல்வி இப்போது உண்மையானதாக இருக்க வேண்டுமென்றும், இதுவரை பல ஆண்டுகளாக இருந்து வந்தது போல செயற்கையாக இருக்கலாகாதென்றும் நீங்கள் விருப்பம் தெரிவித்திருக்கிறீர்கள். முப்பது ஆண்டுகளுக்கு மேலாக இந்தியாவில் கல்வித் துறையில் செயல்பட்டு வந்தவன் என்ற முறையில் 'ஓரியண்ட்' சித்திர வாரப்பத்திரிகையில் வரவிருக்கும் எனது கட்டுரையொன்றைத் தங்களுக்கு அனுப்புகிறேன். ஓரளவுக்குத் தங்களுடைய கருத்துகளை பிரதிபலிப்பதாகவே அது இருக்கக் கூடும். தேசியக் கல்வித்திட்டமொன்று இருக்க வேண்டுமென்றும், அதை ஒவ்வொரு தேசிய மந்திரியும் தன்தன் மாநிலத்தில் சிறந்த முறையில் அமல் படுத்த வேண்டும் என்றும் நான் நினைக்கிறேன். ஏராளமான அளவுக்குத் தனிப்பட்டவர்கள் அவ்விசயமாக முயற்சி எடுத்துக்கொண்டு வந்திருக்கிறார்கள். பொது மக்களும் அரசாங்கமும் சேர்ந்து பொதுவான முயற்சிகள் எடுத்துக்கொண்டு காலதாமதமில்லாமல் அவ்விசயமாக மாபெரும் கொள்கைகளை வகுக்க வேண்டும். இது மிகவும் அவசரமானதென்று நான் கருதுகிறேன்."

இப்போது அவரது கட்டுரையில் இருந்து சில முக்கியமான பகுதிகளைக் கீழே தருகிறேன்:

"தேசியக் கல்வியின் அடிப்படையாக அமைய வேண்டிய கொள்கைகளின் தன்மையை எடுத்துரைக்கப் போதுமான இடம் இங்கு எனக்கில்லை. ஆனால், கல்வி கற்கும் சிறுவர்கள், சிறுமியர்களைப் பொறுத்தவரையில் 'பள்ளிக்கூடம்' என்றும் 'கல்லூரி' என்றும் இருந்து வரும் அர்த்தமில்லாத வேறுபாட்டைப் படிப்படியாக ஒழித்துவிட வேண்டும்; 'செயல்புரி' என்று வற்புறுத்துவதே முக்கியமானதாக இருக்க வேண்டும்."

"சிந்தனை எவ்வளவுதான் தூண்டிவிடப்பட்டாலும் அது செயலாகப் பரிணமித்தாலன்றி மதிப்பில்லாததாகிவிடும். பெரும் பாலான நவீனக்கல்வி முறைகளில், அபாயகரமாகப் புறக்கணிக்கப்படும் உள்ளுணர்ச்சிகள் சம்பந்தமாகவும் அதைச் சொல்லலாம். இந்தியாவின் இளைஞர்கள் உழைப்பாளிகளாக இருப்பது அவசியம். இந்த உழைப்பாளிகளின் ஒழுக்கம் கல்வியால் வளம் பெற்றதாக இருக்க வேண்டும். நம் அறிவு உலகத்தில் உண்மைத்தகவல்கள் கிடை யாது என்பதையும் சம்பிரதாயங்கள் மட்டும் உண்டு என்பதையும் நினைவுகூர வேண்டும். நிச்சய நிலையிலிருந்து சந்தேக நிலைக்கு நகரும் மாபெரும் முன்னேற்ற நடவடிக்கையை விஞ்ஞானம் எடுத்துக் கொண்டது என்று சர் ஆர்தர் எடிங்டன் நன்றாகச் சொன்னார். ஆகையால், 'உண்மைகள்' மாணவர்களின் மனத்தில் லேசாகப் படியும்படி செய்ய வேண்டும். தனி நபர்களுக்கும் சரி, நாடுகளுக்கும் சரி, ஒரே பாதுகாப்பான அஸ்திவாரமென விளங்கும் ஒழுக்கத்தின் வளர்ச்சிக்காக, மற்றெல்லாவற்றுக்கும் மேலாக உண்மைகளைப் பயன்படுத்துமாறும் கல்வி முறை இருக்க வேண்டும்.

"ஒழுக்கம் மட்டும் கிளர்ந்தெழத் தொடங்கிவிட்டால், செயல்புரியும் விருப்பம் தனக்கு ஆதரவான முறையிலும் தன்னலமறுப்பாகவும் இரு வகையிலும் தீவிரமாகும். அன்னையான பூமிதேவிக்கு அருகில் இருக்க வேண்டும் என்ற விருப்பம் எழும். அதாவது விவசாய வேள்வியில் அன்னையைத் தொழும் விருப்பம் எழும்; எளிய தேவை, தூயவிருப்பம் மூலம் பூமி தேவிக்குச் சுமையாக இராமல் வாழத் தோன்றும். பூமி தேவியின் எந்தக் குழந்தையும் நேரடியாக அவளிட மிருந்து வாழ்வைப் பெற முடியாத நிலை கூடாதென்று நினைக் கிறேன். நகரக் கல்விச் சாலைகளில்கூட, எல்லாக் கல்வியிலும் ஒரு பகுதி பூமாதேவியுடன் ஓரளவு நேரடியான தொடர்பு இருக்கச் செய்வேன்.

"இன்று பெரிதும் கல்வியைப் பலனற்றதாக்கிவிட்ட கல்விச் சம்பிரதாயங்களையெல்லாம் நாம் அடியோடுவிட்டொழித்துவிட வேண்டியதுதான். தேசிய மந்திரி சபைகளிலிருக்கும் சாதகமான இந்தச் சூழ்நிலையிலேயே, வெறும் படிப்பூட்டுவதல்லாத உண்மைக்கல்வி முறையை ஆரம்பித்துவிட வேண்டும். காலத்துக்கு ஒவ்வாத, பகுத்தறிவுக்கு ஒவ்வாத முறைகளில் நாம் சிறைப்பட்டுக் கிடக்கிறோம். ஆகையால், தன்னைக் கட்டிக்கொண்டு போகும்கல்வி முறை யொன்றை காந்திஜி வகுத்திருப்பதை நான் மனமார வரவேற்கிறேன். அவர் கூறியுள்ள யோசனைக்கு இணங்க அவ்வளவு தூரம் நம்மால் செல்லமுடியுமாவென்று அவ்வளவு உறுதியாக என்னால் சொல்ல இயலாது. 'ஏழு வருடப்பயிற்சி முடிந்தபின், ஓர் இளைஞன் சம்பாதிக்கும் சக்தியுள்ளவனாக வெளியே அனுப்பப்பட வேண்டும்' என்பதை நான் பூரணமாக ஆதரிக்கிறேன். ஒவ்வொருவரும், ஓரள

வுக்குக் கல்வியின் மூலம் தன்னுடைய ஆக்கத்திறனை உணர்ந்து கொள்ள வேண்டுமென்று நினைக்கிறேன்; ஏனெனில் அவன் ஆண்டவனாகக் கூடிய நிலையில் இருப்பவன்; ஆகையால் கடவுளின் உயர்ந்த இயல்பைப் பெற்றிருப்பவன்; அதாவது சிருஷ்டி சக்தியான செயல் திறன் படைத்தவன். இந்த சக்தியை எழுப்ப இயலாவிடில், கல்வியினால் ஆன பயன் என்ன? அப்படியானால் அது சந்தேகமின்றி வெறும் படிப்பாகுமே தவிர, கல்வியாகாது.

"தலையில் இருப்பது போலவே கையிலும் மூளை உண்டு. நெடுநாளாகத் தலையிலுள்ள அறிவு கொடுங்கோலனாக, நம் சர்வாதிகாரியாக இருந்து வருகிறது. புது ஏற்பாட்டின் கீழ், அது நமக்குப் பல ஊழியர்களில் ஒன்றாக இருக்கவேண்டும். எளிய வாழ்க்கைக்கு வழி செய்வதையெல்லாம் இயற்கையின் அழகிய எளிமைக்கு அருகில் நம்மை இட்டுச் செல்வதையெல்லாம், கைகளின் உழைப்பினால் வாழ உதவி புரிவதையெல்லாம் மேன்மையுறச் செய்ய நாம் பழக வேண்டும்; அதாவது எல்லாவிதமான உடலுழைப்பிலும் கலைஞர், கொல்லர், உழவர் ஆகிய எல்லோருடைய உடலுழைப்பிலும் நமக்குப் பயிற்சி இருக்கவேண்டும்.

"எனக்கு இவ்விதக் கல்வி புகட்டியிருந்தால், நான் இன்னும் அதிக இன்பமான, அதிகப்பயனுள்ள வாழ்க்கை வாழ்ந்திருப்பேன்."

சாதாரண மனிதன் என்ற முறையில் சாதாரண வாசகர்களுக்குக் காக நான் சொல்லி வந்ததையே, கல்வி நிபுணர் என்ற முறையில், கல்வித்துறையினருக்காக, நாட்டின் இளைஞர்களை உருவாக்கும் பணியில் ஈடுபட்டிருப்பவர்களுக்காக டாக்டர் அருண்டேல் சொல்லியிருக்கிறார். தன்னைக் கட்டிக்கொண்டு போகும் கல்வி முறையை அவர் ஜாக்கிரதையாக அணுகுவதைக் கண்டு நான் ஆச்சரியப்படவில்லை. எனக்கு அத்தகைய முறைதான் உயிர் நாடியாகும். கடந்த நாற்பது ஆண்டுகளாக, கண்ணாடி மூலம் எது இருள் சூழ்ந்ததாக எனக்குத் தோன்றியதோ, அதையே இப்போது சந்தர்ப்பச் சூழ்நிலைகளின் நிர்ப்பந்தத்தினால் மிகவும் தெளிவாகக் காணத் தொடங்கியுள்ளேன்.

இப்போதைய கல்வி முறைக்கு எதிராக 1920ல் நான் மிகவும் காரசாரமாகப் பேசி வந்தேன். நாட்டின் மகோன்னதமான சுதந்திரப் போராட்டத்தில் சக ஊழியர்களாகவும் என்னுடன் சேர்ந்து துன்புற்றவர்களாகவும் இருந்தவர்கள், இப்போது ஏழு மாகாணங்களில் மந்திரிகளாகப் பதவியேற்றுள்ளனர். எனவே, மிகவும் குறைந்த அளவாவது செல்வாக்கை உபயோகிக்கும் வாய்ப்பை அடைந்துள்ள என்னால், அடி முதல் முடி வரையில் முற்றிலும் தவறாக உள்ள இப்போதைய கல்வி முறையை மாற்றும்படி வற்புறுத்தாமல் இருக்க முடியவில்லை. இப்பத்திகளில் போதுமான அளவுக்கு எதைத்

தெரிவிக்க இயலாமல் போராடிக் கொண்டிருந்தேனோ, அது இப்போது மின்வெட்டுப்போல் என் மனத்தில் தோன்றியுள்ளது. அதன் உண்மையை நாளுக்கு நாள் நான் அதிகத் தெளிவாகக் காண்கிறேன். சுயநல நோக்கம் இல்லாதவர்களும், தங்களுடைய பகுத்தறிவு சுதந்திரமாக இயங்குவதில் இப்போதைய கல்வி முறையைப் பற்றிய பழைய எண்ணங்களும் நோக்கங்களும் குறுக்கிடாமல் திறந்த உள்ளம் படைத்தவர்களுமான நாட்டின் கல்வி நிபுணர்கள், நான் வகுத்துள்ள இரண்டு யோசனைகளையும் ஆராய வேண்டுமென்று கோரத் துணிந்துள்ளேன். தொழில் நுணுக்க வகையிலும் சம்பிரதாயமான வழியிலும் நான் கல்வியைப் பற்றி முற்றிலும் அறியாதவன் என்ற காரணத்துக்காக, நான் சொல்லியும் எழுதியும் வரும் விஷயங்கள் மீது வெறுப்பு காட்டலாகாது என்று வற்புறுத்திக் கேட்டுக் கொள்கிறேன். குழந்தைகளிடமிருந்தும், பாலருந்தும் பச்சைக் குழந்தைகளின் வாயிலிருந்தும் விவேகம் பிறப்பதாகச் சொல்லுவது உண்டு. அது கவிகள் மிகைபடக் கூறுவதாக இருக்கலாம். ஆனால் சிற்சில சமயங்களில் குழந்தைகளின் வாயிலிருந்து விவேகம் உதிக்கிறதென்பதில் சந்தேகமில்லை. நிபுணர்கள் அதற்கு மெருகேற்றி, அறிவியல் ரீதியாக உருவம் அமைத்துக் கொடுக்கிறார்கள். ஆகையால், நான் கூறியுள்ள யோசனைகளை அவற்றின் தகுதியை முக்கியமாகக் கொண்டு பரிசீலனை செய்யும்படி கோருகிறேன். அந்த யோசனைகளை மீண்டும் இங்கு வெளியிடுகிறேன்.

1. இன்று ஆரம்பக்கல்வி, நடுத்தரக்கல்வி, உயர்நிலைக்கல்வி என்னும் பெயரில் வழங்கி வரும் முறையின் ஸ்தானத்தில், ஏழு ஆண்டு காலமோ அல்லது இன்னும் நீண்ட காலமோ ஆரம்பக்கல்வி அளிக்கப்பட வேண்டும். இதில் 'மெட்ரிகுலேஷன்' வரையில் உள்ள ஆங்கிலம் தவிர்த்த எல்லாப் பாடங்களுடனும் அறிவின் எல்லாத் துறைகளிலும் சிறுவர், சிறுமியரின் உள்ளம் வளர்ச்சியடைவதற்கு ஏற்ற சாதனமாகக் கைத்தொழில் ஒன்றும் சேர்ந்திருக்க வேண்டும்.

2. இத்தகைய கல்வி மொத்தமும் தன்னைக் கட்டிக் கொண்டு போவதாக அமைய முடியும்; அமைந்தேயாக வேண்டும். அதன் பிரத்தியட்ச நிலைக்குத் தன்னைக் கட்டிக்கொண்டு போகும் அம்சமே உண்மையான உரைகல் ஆகும்.

- 'ஹரிஜன்' 2-10-1937

# வலது கையும் இடது கையும்

வலது கைக்கும் இடது கைக்கும் இடையே வேற்றுமை எப்படி ஆரம்பமாயிற்று? சில அலுவல்களை வலது கையினால்தான் செய்ய வேண்டும், இடது கையினால் செய்யக்கூடாது என்ற பழக்கம் எப்போது மேற்கொள்ளப்பட்டது? இதையெல்லாம் பற்றி யாருக்கும் தெரியாது. ஆனால் அதன் பலன் என்ன என்பது நமக்குத் தெரியும். அதாவது பல அலுவல்களைச் செய்யக் கூடாது என்று விலக்கப் பட்டிருக்கும் இடது கை, அநேகமாக பிரயோசனமில்லாமல் போய் விடுகிறதென்றும், வலது கையைவிட அது பலவீனமாக இருக்கிற தென்றும் நமக்குத் தெரியும்.

ஜப்பானில் அப்படி இல்லை. அங்கு இரு கைகளையுமே சமமாக உபயோகிக்கும்படி மாணவர்களுக்கு போதிக்கப்படுகிறது. அதனால் நம்மைவிட அவர்களுடைய உடல்கள் இன்னும் அதிக உபயோக முள்ளவையாக இருக்கின்றன.

வாசகர்களின் நன்மைக்காக நான் கீழ்க்கண்ட யோசனைகளைக் கூறவிரும்புகிறேன். இரண்டு கைகளையும் உபயோகிக்கும் இந்தப் பழக்கம் ஜப்பானில் இருக்கிறதென்பதை, இருபது வருடங்களுக்கு முன்பு நான் கேள்விப்பட்டேன். உடனே நானும் அந்தப் பழக்கத்தை மேற்கொண்டு அதில் ஒரு அளவுக்கு வெற்றியும் பெற்றிருக்கிறேன். இந்தக் கலையில் முழுத்தேர்ச்சி பெறுவதற்கு எனக்கு அவகாசமில்லை யென்று நான் நினைக்கிறேன். ஆகையால், வலது கையைப் போல் இடது கையை அவ்வளவு வேகமாக உபயோகிக்க நான் முயற்சி செய்யவில்லை. அது தவறு என்பதை இப்போது உணருகிறேன். அதற்காக வருந்தவும் செய்கிறேன். என்னுடைய வலது கை நான் விரும்பும் அளவுக்கு மேல் வேலை செய்ய வேண்டியிருந்தால் கைவலிக்கின்றது. முடிந்த வரையில் எழுதும் சக்தியைவிடாமல் காப்பாற்றிக் கொள்ள வேண்டுமென்று நான் விரும்புகிறேன். வலதுகையால் எழுதுவதைப் போல் அவ்வளவு வேகமாக இடது கையினாலும் எழுதப் பழக்கம் பெறுவதற்கு, நான் எழுத வேண்டி யதையெல்லாம் இடது கையினாலேயே எழுதுவதற்கு இப்போது எனக்குப் போதிய அவகாசம் இல்லை. ஆயினும், சங்கடமாக ஒரு சமயத்தில் அது எனக்கு மிகவும் உதவியாக இருந்தது. ஆகையால்

என்னுடைய சொந்த அனுபவத்தை வாசகர்கள் முன்பும் சமர்ப்பிக்கிறேன். அவகாசமும் உறுதியும் உள்ளவர்கள் இடது கையையும் பழக்கப்படுத்திக் கொள்ளவேண்டும். கொஞ்ச காலத்திற்குப் பிறகு விடாமல் முயற்சி செய்பவர்கள் அதைப் போதிய அளவு உபயோக மானதாக ஆக்கிக்கொள்ளலாம். எழுதுவதுடன் மட்டுமில்லாமல், மற்ற அலுவல்களுக்கும் அதைப் பழக்கிக் கொள்ளுவது நல்லது. ஒரு விபத்து ஏற்பட்டால், அல்லது நோயுற்றிருந்தால் அல்லது வேறு காரணங்களினால் வலது கை செயலற்றுப் போகும்போது இடது கையினால் சரியாகச் சாப்பிடக் கூட முடிவதில்லை என்பதை நம்மில் பலர் அனுபவத்தில் கண்டதில்லையா? இதனால் ஒருவர் தமது இடது கையையும் வலது கையைப் போலவே அவ்வளவு பழகிக்கொள்ளத் தான் வேண்டும் என்று வாசகர்கள் நினைத்துவிடக் கூடாது. வலது கையைப் போலவே இடது கையையும் பழக்கிக் கொள்ள மக்கள் முயற்சி செய்ய வேண்டும் என்று யோசனை கூறுவதற்காகவே இந்தக் குறிப்பு எழுதப்பட்டது. ஏனெனில், இதனால் அவர்கள் இன்னும் திறம் பட அலுவல்களைச் செய்ய முடியும். இது அவரவர்களுடைய சௌகரியத்திற்குத் தகுந்தாற்போல் செய்யப்பட வேண்டும். ஆசிரியர்கள் தங்கள் பொறுப்பில் உள்ள மாணவர்கள் விஷயத்தில் இந்த யோசனையைப் பயன்படுத்தினால் நல்லது.

-'நவஜீவன்'- 19-7-1925

# பள்ளிகளில் சங்கீதம்

சிறுவர், சிறுமிகளிடையே சுத்தமான சங்கீதத்தைப் பரப்புவதற்காக கந்தர்வ மகா வித்யாலயத்தைச் சேர்ந்த பண்டிதகேர் தம்முடைய வாழ்க்கையையே அர்ப்பணம் செய்துள்ளார். பொதுவாக குஜராத்திலும் குறிப்பாக ஆமதாபாத்திலும் சங்கீதத்துறையில் ஏற்பட்டுள்ள பெரும் முன்னேற்றத்தைப் பற்றி அவர் தகவல் கொடுத்திருக்கிறார். பள்ளிக்கூடப் பாடத்திட்டத்தில் சங்கீதத்தைச் சேர்ப்பதற்குக் கல்விஅதிகாரிகள் ஆதரவு தரவில்லை என்று தோன்றுகிறது என்று அவர் வருந்துகிறார். ஆரம்பக்கல்வி பாடத் திட்டத்தில் சங்கீதம் ஒரு பகுதியாக இருக்க வேண்டுமென்று தம்முடைய பரந்த அனுபவத்தைக் கொண்டு அவர் கருதுகிறார். இந்த யோசனையை நான் மனப்பூர்வமாக ஆதரிக்கிறேன்.

கைகளுக்குப் பயிற்சியளிப்பது எவ்வளவு அவசியமோ, அதே மாதிரி குரலுக்கும் பயிற்சியளிக்கவேண்டியது அவசியமாகும். தேகப்பயிற்சி கைவினைத்தொழில்கள், சித்திரம் வரைதல், சங்கீதம் ஆகியவற்றை யெல்லாம் சேர்ந்து போதிக்கப்பட வேண்டும். சிறுவர், சிறுமிகளின் சிறந்த தன்மைகளை வெளிக் கொண்டு வந்து, தங்களுடைய படிப்பில் அவர்களுக்கு உண்மையான அக்கறை ஏற்படச் செய்வதற்கு இது உதவியாக இருக்கும்.

இதற்கு, பயிற்சியில் புரட்சிகரமான மாறுதல்கள் செய்யப்பட வேண்டும் என்பது ஒப்புக் கொள்ளப்பட்ட விஷயமாகும். நாட்டின் எதிர்காலப் பிரஜைகள் வாழ்க்கையின் பணிகளுக்கு உறுதியான அஸ்தி வாரம் எழுப்ப வேண்டுமானால், இந்த நான்கும் அவசியமாகும். எந்த ஆரம்பப்பள்ளியில் போய்ப்பார்த்தாலும் சோம்பேறித்தனமும் ஒழுங்குமுறையின்மையும் முரண்பாடான பேச்சுக்களுமே காணப்படு கின்றன. ஆகையால், பல்வேறு மாநில கல்வி அமைச்சர்கள் கல்வி முறையை மாற்றியமைத்து, தேசத்தின்தேவைகளுக்கேற்ப அதை உருவாக்கினால், நான் குறிப்பிட்டுள்ள இந்த அவசியமான அம்சங் களை அதில் சேர்க்கத் தவற மாட்டார்கள் என்று நிச்சயமாக நம்புகி றேன். என்னுடைய ஆரம்பக்கல்வித் திட்டத்தில் இந்த அம்சங்களுக்கு நிச்சயமாக இடம் உண்டு. கடினமான ஒரு அந்நிய மொழியில் தேர்ச்சி

பெற வேண்டிய சுமையை மாணவர்களிடமிருந்து அகற்றிவிட்டால், இவையெல்லாம் எளிதாகிவிடும்.

புதிய திட்டத்தைப் போதிப்பதற்கு வேண்டிய ஆசிரியர்கள் நம்மிடமில்லை என்பது உண்மைதான். ஆனால் அந்தச் சங்கடம் எந்தப் புதிய முயற்சிக்கும்தான் இருக்கிறது. இப்போதுள்ள ஆசிரியர்கள், கற்றுக்கொள்ள சம்மதப்பட்டால், அதற்கு அவர்களுக்கு வாய்ப்பளிக்க வேண்டும். அவசியமான பாடங்களில் அவர்கள் பயிற்சி பெற்ற பிறகு, அவர்களுடைய ஊதியங்களில் உடனடியாகக் கணிச மான உயர்வு அளிப்பதற்கான சாத்தியக்கூறுகளும் இருக்கவேண்டும். ஆரம்பக்கல்வித் திட்டத்தில் சேர்க்கபடவேண்டிய எல்லாப் பாடங் களுக்கும் தனித்தனியாக ஆசிரியர்களை நியமிப்பதென்பது நினைத்துப் பார்க்க முடியாததாகும். அதற்கு ஏராளமான செலவும் ஆகும். அவ்விதம் செலவு செய்ய வேண்டிய அவசியமே இல்லை. ஆரம்ப ஆசிரியர்களில் சிலர் போதிய யோக்கியதாம்சங்கள் இல்லாத காரணத்தினால், சொற்ப காலத்திற்குள் இந்தப் புதிய பாடங்களைக் கற்றுக் கொள்ள முடியாமலிருக்கலாம். ஆனால், மெட்ரிகுலேஷன் வகுப்பு வரையில் படித்த ஒரு மாணவனுக்கு, சங்கீதம், உடற்பயிற்சி, சித்திரம் வரைதல், ஒரு கைவினைத்தொழில் ஆகியவற்றில் ஓர் அளவுக்காவது பயிற்சி பெறுவதற்கு மூன்று மாதங்களுக்கு மேல் ஆகக் கூடாது. இவற்றில் ஓர் அளவுக்குப் பயிற்சி பெற்றால், பையன் களுக்கு இவற்றைச் சொல்லிக் கொடுத்துக் கொண்டிருக்கும் காலத் திலேயே மேற்கொண்டு அபிவிருத்தி செய்து கொள்ள முடியும். தேசியப் புனருத்தாரணம் என்ற பணிக்குக் கொஞ்சம் கொஞ்சமாகத் தங்களைத் தயார் செய்து கொள்ள ஆசிரியர்களுக்கு ஆர்வம் இருந்தால்தான் இது சாத்தியமாகும்.

- 'ஹரிஜன்' - 11-9-1937

# ஆங்கில மாணவருக்கு

*(வட்ட மேஜை மாநாட்டில் கலந்து கொள்வதற்காக 1931ல் காந்திஜி இங்கிலாந்துக்குச் சென்றிருந்தார் அல்லவா, அப்போது ஈட்டன் கல்லூரி மாணவர்களின் கூட்டத்தில் அவர்களுடைய கோரிக்கைக் கிணங்க 'ஹிந்துக்களின் விருப்பம்' என்பது பற்றி காந்திஜி பேசிய விவரங்களைக் கீழே காணலாம்).*

இங்கிலாந்தில் உங்களுக்கும் பெரியதொரு இடம் உண்டு. பிற்காலத்தில் உங்களில் சிலர் பிரதம மந்திரிகளாகவோ அல்லது படைத்தலைவர்களாகவோ வரப்போகிறீர்கள். உங்களுடைய குணங்கள் உருவாகி வரும் இந்தச் சமயத்தில், நான் உங்களின் இதயத்தை ஊடுருவிச் செல்லப் பெரிதும் விரும்புகிறேன். இந்தச் சமயத்தில் உங்கள் இதயங்களில் இடம் பெறுதல் எளிது. பரம்பரை யாகவே பொய்யானதொரு வரலாற்றை உங்களுக்குச் சொல்லி வந்திருக்கிறீர்கள். அதற்கு மாறுபட்ட உண்மைகளை நான் உங்க ளிடம் தெரிவிக்கப் போகிறேன். பெரிய பெரிய அதிகாரிகளிடம்கூடப் பேதைமை குடி கொண்டிருப்பதை நான் காண்கிறேன். இது, அறிவுக்குறைவினால் ஏற்பட்ட பேதைமையாகும். சாம்ராஜிய ஆசை உடையவர்களாக நான் உங்களை எண்ணவில்லை. ஆனால், வேறு பல சமுதாயங்களைச் சுரண்டி அதனால் வாழ்க்கை நடத்தும் சமுதாயத்தைச் சேர்ந்தவர்கள் அல்லவென்றும், உலகத்தின் அமைதியை வாள் கொண்டு பாதுகாக்க முற்படாமல், ஒழுக்கத்தின் சக்தியினால் பாதுகாப்பவர்கள் என்றும் எண்ணி, உண்மையான நிகழ்ச்சிகளை உங்களிடம் தெரிவிக்க விரும்புகிறேன். ஹிந்துக்களைப் பொறுத்த வரை உங்களைப் போலவே நானும் ஒரு ஹிந்து அல்ல. ஹிந்துக்களின் கருத்தைத் தாங்கள் பிரதிபலிப்பதாகச் சொல்லிக் கொண்டு, ஹிந்து மகாசபைப் பிரதிநிதிகள் ஹிந்துக்களின் விருப்பம் என்பதாக ஏதோ ஒன்றைச் சொல்லி வருகிறார்கள். அவர்கள் கூறும் கூற்றை என்னால் ஏற்றுக் கொள்ள முடியாது. தேசியவாதிகளாக இருந்து கொண்டு அவர்கள் தேசியப் பிரச்சனைகளுக்கு முடிவு தேட விரும்பவில்லை. பெரும்பான்மையினர் ஹிந்து மகாசபை யினரைப் பின்பற்றுகிற படியால், சிறுபான்மையினரின் விருப்பத்தை நான் நன்கு அறிவேன் என்று என்னால் உரிமையுடன் கூற முடியும்.

உத்தியோகத்தில் இவ்வளவு வேண்டும்; தேர்தலில் இவ்வளவு இடங்கள் ஒதுக்கப்படவேண்டும் என்ற சில்லறை விவகாரங்களில் அவர்கள் அக்கறை கொள்ளுவதில்லை. பெரிய பெரிய நகரங்களில் தான் வகுப்புவாதத்தின் தடபுடல்கள் அதிகம். அவற்றை லண்டன் அல்லது மேல்நாட்டு நகரங்களின் கையாட்கள் எனலாம். இந்திய நகரங்கள் யாவும் இங்கிலாந்திற்குக் கமிஷன் ஏஜண்டுகளாக இருந்து கொண்டு, உங்களுடன் சேர்ந்து இந்தியக் கிராமங்களைச் சுரண்டிக் கொள்ளையடிக்கின்றன. இந்தியாவின் விடுதலையாகிய பெரிய விஷயத்தை எண்ணும்போது, வகுப்புவாதம் அவ்வளவு முக்கியமன்று. இந்தியாவின் சுதந்திரப் பிரச்சனையை பிரிட்டிஷ் மந்திரிகள் வேண்டாவெறுப்பாய் ஒதுக்கித்தள்ளிவிடுகிறார்கள். புரட்சி செய்யும் இயல்புடனும் அதிருப்தியுடனும் இருந்து வரும் இந்தியாவோடு நீண்டநாள் ஒத்துவாழ முடியாதென்பதை, பிரிட்டிஷ் மந்திரிகள் மறந்துவிடலாகாது. நாங்கள் புரட்சி செய்கிறோம் என்பது என்னவோ உண்மைதான். ஆனால் அது பலாத்காரமற்ற புரட்சியாகும். வகுப்பு வாதம் என்ற நோய் சமூகத்தின் சில பகுதிகளை அறிந்து வருவது உண்மையேயாயினும் அதைவிட இந்தியாவின் விடுதலை இன்னும் முக்கியமான விஷயம் ஆகும். அரசியல் திட்ட அமைப்பைத் திருப்தி கரமான முறையில் சரிப்படுத்திவிட்டால், சமூக வெறுப்புகள் உடனே தாமாகவே மறைந்தோடிவிடும். பிளவுபடுத்திவைக்கும் அந்நியரின் வாள் நடுவிலிருந்துவிலகிவிட்டால், பிரிந்திருக்கும் சமூகத்தினர் ஒன்று பட்டுவிடுவார்கள். எனவே, ஹிந்துக்களின் விருப்பம் என ஒன்றில்லை. அப்படி ஒன்று இருக்குமாயின், அதைக் கடலில் தள்ளிவிட வேண்டியது அவசியம். அந்தப் பிரச்சனையை நீங்கள் ஆராய்வதால் உங்களுக்கு யாதொரு நலனுமில்லை. அதனுடைய நுணுக்கங்களை எல்லாம் மிகைப்படுத்தி சொல்ல நீங்கள் முனைந்துவிட்டால் - நிச்சயமாக முனைவீர்கள். நாங்கள் தேம்ஸ் நதியில் மூழ்கி நாசமாவதை நீங்கள் விரும்புவதாகவே முடியும்.

வகுப்புப் பிரச்சனை முக்கியமல்ல, அதைப்பற்றிய கவலை உங்களுக்கு வேண்டியதில்லை என்று நான் சொல்லுவது கடவுள் அறிய உண்மையாகும். கோடிக்கணக்கான மக்கள் பலாத்கார மின்மையை எப்படி ஏற்றுக்கொண்டுள்ளார்கள் என்பதையும் அவர்கள் எப்படி அதைப் பற்றிக் கொண்டிருக்கிறார்கள் என்பதையும் சரித்திரம் படிக்க விரும்பும்போது, படித்துப் பாருங்கள். காட்டில் வாழும் விலங்குகளைப் போல, மனிதன் முரட்டுத்தனமாய் நடந்து கொள்ளுவதைப் படிக்காமல், மனிதனிடம் காணப்படும் சிறப்பு இயல்புகளை எல்லாம் ஆராய்ந்து பாருங்கள். வகுப்புத் தகராறுகளில் கலந்து கொள்ளுகிறவர்களை, பைத்தியக்கார ஆஸ்பத்திரிகளில் இருப்பவர்களுக்குச் சரியான உதாரணமாகச் சொல்லலாம். அவற்றை நீங்கள் ஆராய்ந்து பார்க்கவேண்டாம். யாருக்குமே தீங்கு செய்யாமல்

நாட்டின் விடுதலைக்காக உயிரையே அர்ப்பணம் செய்யும் மனிதனை அதாவது அன்பு ததும்பும் மனிதனை நீங்கள் ஆராய்ந்து பாருங்கள். உங்கள் நாட்டினர் எங்களை ஆண்டு வருகிறார்கள் என்பதற்காக நீங்கள் கர்வங்கொள்ள வேண்டாம். எவரும் தம்மைத் தாமே அடிமைப்படுத்திக் கொள்வதில்லை. எந்த ஒரு நாட்டினரும் இன்னொரு நாட்டினரை அடிமைப்படுத்தி அடக்கி ஆள்வது இயலாத காரியம். இந்தியாவிற்கும் இங்கிலாந்திற்கும் இடையில் இருந்து வரும் தொடர்பு, பலம் நிறைந்த ஒரு தொடர்பாக இருந்து வருகிறது; இயற்கைக்கு மிகவும் முரண்பட்ட தொடர்பாக இருந்து வருகிறது. சுதந்திரம் எங்களது பிறப்புரிமை; நாங்கள் அதை அடைய இயல்பாகவே எங்களுக்கும் உரிமை உண்டு. அதற்காக நாங்கள் பட்டிருக்கும் கஷ்டமும் இயற்றியிருக்கும் தவமும் கொஞ்சநஞ்சமல்ல. சுதந்திரத்தை அடைய வேண்டும் என்ற ஆசையோடு நாங்கள் இங்கு வந்திருக்கிறோம். வந்த காரியம் கைகூடி வர நீங்கள் எல்லோரும் ஆசி கூற வேண்டும். சுரண்டுகிற பாவத்திலிருந்து உங்கள் நாட்டினரை விடுதலை செய்து, ஒப்பற்றதொரு புகழை, வயது வந்ததும், உங்கள் நாட்டினருக்கு நீங்கள் தேடிக் கொடுக்க வேண்டும் என்பது என் விருப்பம். அதனால் மனித சமுதாயத்தின் முன்னேற்றத்துக்கு உதவியவர்கள் ஆவீர்கள்.

- 'எங் இந்தியா'- 12-11-1931

# சுயத்தூய்மை இன்றியமையாதது

இப்போது விதைக்கப்பட்டுள்ள இந்த விதை பிரிட்டிஷாரின் உணர்ச்சியைச் சாந்தப்படுத்தினாலும் படுத்தலாம்; அதன் விளைவாக மனிதர்கள் மிருகப்பாங்கு அடைந்து வருவது தடுக்கப்பட்டு நின்று போயினும்போகலாம். ஆங்கிலேயருக்குக் கோபம் வந்துவிட்டால், அது எவ்வளவு கொடுமையானதாய் இருக்கும் என்பதை பஞ்சாபிலே கண்டேன். எனக்குள்ள பதினைந்து வருட அனுபவத்தினாலும் வரலாறு மூலமாகவும் அவர்கள் பல்வேறு இடங்களிலும் இழைத் துள்ள அட்டூழியங்களையும் அறிந்திருக்கிறேன். எங்கும் ஒரே மாதிரி தான். என்னால் கூடியவரை சகல சக்திகளையும் ஒன்று திரட்டி, இதைப்போன்ற காட்டுமிராண்டித்தனம் இனிமேல் நடவாது என்பதே எனது வேலை. எனது தேசத்தினர் படுகிற கஷ்டத்தைத் தடுப்பதைக் காட்டிலும் மனிதர்கள் காட்டுமிராண்டிகளாக மாறி வருவதைத் தடுப்பதில் எனக்கு அதிக ஈடுபாடு உண்டு. எங்கள் நாட்டினர் படும் அல்லல்களைப் போக்கவே நான் நாட்டம் செலுத்துவதாகச் சொல்லப்படுகிறது. கஷ்டப்படுவதற்குத் தாங்களே முனைந்து நிற்கும் மக்கள், தங்களை உயர்த்திக் கொள்ளுவதுடன், மனித சமுதாயத்தையும் உயர்த்துகிறார்கள் என்பதை நான் அறிவேன். எதிரிகளை வெற்றி கொள்ளும் முயற்சிகளில் காட்டுமிராண்டித்தனமாய் நடந்து கொள்ளு கிறவர்களும், தங்களைவிட மெலிந்த நிலையிலுள்ள மனிதர்களையும் தேசங்களையும் சுரண்ட முயல்கிறவர்களும், தங்களை மட்டுமின்றி, மனித சமுதாயத்தையுமே கீழான நிலைக்குக் கொண்டு வந்துவிடு கிறார்கள். மனித இயல்பை, வெட்கக்கேடான இழி நிலைக்கு உட் படுத்துவது எனக்கோ, அல்லது வேறு யாருக்குமே விருப்பமானதன்று. நாமெல்லோரும் ஒரே கடவுளின் குழந்தைகளாயின் ஒரே தெய்வீகப்பண்பு நம் உடல்களில் கலந்திருக்குமாயின், ஒவ்வொருவரும் செய்து, செய்கிற பாவத்திலும் அவர் நம்மைச் சேர்ந்தவராயினும் சரி, அல்லது வேறு இனத்தைச் சேர்ந்தவராயினும் சரி, நமக்கும் பங்குண்டு. மனிதனிடம் மிருகத்தன்மையைக் கிளறிவிடுதல் எவ்வளவு அருவருக்கத்தக்க செயல் என்பதை நீங்கள் அறிவீர்கள். ஆங்கிலேயரில் எனக்குப் பல நண்பர்கள் உண்டு. இத்தகைய மிருக இயல்பை அவர்களிடம் காண நேரும்போது, நான் அடையும் அருவருப்பு

அற்பசொற்பமன்று. இன்று காட்டுமிராண்டித்தனத்தைப் போக்க நான் செய்து வரும் முயற்சியில், கூடுமானவரை உதவி செய்ய வேணு மாய் உங்களை வற்புறுத்திக் கேட்டுக் கொள்ளுகிறேன்.

இந்தப் பிரச்சனையை நன்கு அலசி ஆராய்ந்து பார்க்கும்படியும் உண்மை, பலாத்காரமின்மை இவற்றின் ஆற்றல் மீது உண்மையாகவே நம்பிக்கை இருக்குமாயின், கடவுளுக்குப் பயந்து இந்த இரண்டையும் தினசரி வாழ்க்கையில் அரசியல் துறையில் மட்டுமின்றி சகல துறை களிலுமே கடைப்பிடிக்கும்படியும் இந்திய மாணவர்களை நான் வேண்டிக் கொள்ளுகிறேன். இந்தத் துறையில் இறங்கி நீங்கள் செய்கிற எதுவும் நான் நடத்தும் போராட்டத்தில் உதவியாக இருக்கும். இந்திய மாணவர்களைப் போல உண்மையானவர்களை, நல்லவர்களைக் கொண்டு பழகும் ஆங்கிலேயர்களும் ஆங்கிலப் பெண்மணிகளும் சொல்லும்படியாக நீங்கள் நடந்துகொள்ள வேண்டும். நம் தேசத்தார் செல்வது சரியான பாதை என்பதை எடுத்துக்காட்டுவதற்கு இது ஒரு கஷ்டமான காரியமா? 1920ஆம் வருடம் நிறைவேற்றிய காங்கிரஸ் தீர்மானத்தில் ‘சுயத்தூய்மை’ என்ற சொல் காணப்படுகிறது. அந்த நிமிஷம் முதலே நம்மை நாமே பரிசுத்தப்படுத்திக் கொள்ளவேண்டுமென்று காங்கிரஸ் உறுதி கொண்டது. சுயமாகத் தியாகம் செய்து, நம்மை நாமே பரிசுத்தப் படுத்திக் கொண்டால் நாம் விடுதலையடையத் தகுதியுடையவர் களாயின், வேறு எது செய்யாவிட்டாலும் பரிசுத்த மனத்தோடு சுயமாகத் தியாகம் செய்ய முன்வருகிற ஒவ்வொரு இந்தியனும் பிறந்த தேசத்திற்கு உதவுகிறவன் ஆவான். தன்னைப் பலப்படுத்திக் கொள்ளவே காங்கிரஸ் இந்த வழிகளைக் கையாண்டிருப்பதாக நான் அபிப்பிராயப்படுகிறேன். எனவே சுதந்திரத்திற்காகப் போராட விரும்பும் ஒவ்வொரு மாணவனும் பரிசுத்த வாழ்க்கை வாழ்ந்தால் போதும். இதைத் தவிர அதிகமாக வேறு ஒன்றும் வேண்டியதில்லை. வெறுப்பு, சந்தேகம் இவற்றைக் கடந்துதான், தேசத்தொண்டு செய்கிறவர்களின் சீலம் அமைந்திருக்க வேண்டும்.

# சட்டக்கல்லூரி மாணவர்களுக்கு அறிவுரை

(கொழும்பு சட்டக்கல்லூரியில் காந்திஜி பேசியபோது, 'சட்டத் தொழிலை எப்படிப் புனிதப்படுத்தலாம்' என்ற கேள்விக்குப் பதில் அளிக்கையில் கூறியதாவது:)

இந்தக் கேள்வியைக் கேட்டதற்கு நான் மிகவும் மகிழ்ச்சியடைகிறேன். தகுந்த ஆதாரங்களுடன் இதற்கு என்னால் மறுமொழி கூற முடியவில்லை என்றால், வேறு யாராலுமே இதற்குவிடை கூற முடியாது. சட்டத்தொழிலில் நான் இதற்குவிடை கூற முடியாது. சட்டத் தொழிலில் நான் ஈடுபட்டு வாழ்க்கை நடத்திய காலத்தில், உண்மை, நேர்மை இரண்டையும்விட்டு நான் அணுவளவு கூட விலகியது கிடையாது.

சட்டத்தொழிலைப் புனிதப்படுத்துவது என்பதன் பொருள், பண வருவாயைக் குறைத்துக் கொள்ளுவது அல்ல. எப்பொழுதும் இதை நீங்கள் நினைவில் வைத்துக் கொள்ளவேண்டும். துரதிருஷ்டவசமாக, நிலைமை பெரும்பாலும், இப்போது அப்படித்தான் இருந்து வருகிறது. தேச நலனைக் கருதிச் சட்டத்தொழிலில் ஈடுபடுவதே அதைப் புனிதப்படுத்துவதாகும். தேசநலன் ஒன்றையே லட்சியமாகக் கொண்டு தங்கள் நுணுக்கமான சட்டத்திறன் அனைத்தையும் உபயோகித்து, தியாக வாழ்க்கை வாழ்ந்த புகழ் பெற்ற வழக்கறிஞர்கள் எல்லா நாடுகளிலுமே இருந்திருக்கிறார்கள். அதன் காரணமாக, வறுமைக்கு ஆளாக நேர்ந்தபோதிலும் அவர்கள் அதற்காக வருந்தியதில்லை. இந்தியாவைப் பொறுத்தவரையில், மனமோகன் கோஷை அப்படிச் சொல்லலாம். அவுரித்தோட்ட முதலாளிக்கு விரோதமாக அவர் வழக்கு நடத்தினால், உடல் நலத்தையும் பொருட்படுத்தாமல், ஏன் உயிரையுமே பொருட்படுத்தாமல் ஏழைக்கட்சிக்காரர்களுக்காக அவர் அரும் பாடுபட்டார். தாம் பட்ட சிரமத்திற்காக ஏழைக்கட்சிக் காரர்களிடமிருந்து அவர் ஒரு தம்பிடி கூட வாங்கவில்லை. அவர் மிகவும் புத்தி நுட்பம் வாய்ந்த வழக்கறிஞர் என்பது மட்டுமல்ல. மிகப்பெரிய கொடை வள்ளலும் ஆவார். இந்தப் பெரியாரை நீங்கள் உதாரணமாகக் கொள்ள வேண்டும். இதைவிட நல்லதொரு நீதியை ஆசிரியர் ரஸ்கின் 'கடையனுக்கும் கதிமோட்சம்' என்னும் அவரது நூலில் சொல்லியிருக்கிறார். ஒரு தச்சனுடைய வேலைக்கு ஒரு

ரூபாய்கூடக் கிடைப்பதில்லை. அப்படியிருக்கும்போது ஒரு வக்கீல் பதினைந்து ரூபாய் வாங்குவது நியாயமா? என்று அவர் கேட்கிறார். வக்கீல் வாங்கும் பணம் பெரும்பாலும், மிகவும் அதிகமாகவே இருக்கிறது. நானும் அப்படி அதிகமாகவே 'பீஸ்' வாங்கியிருக்கிறேன். அதிகமாக 'பீஸ்' வாங்கியபோதிலும் பொதுஜன ஊழியம் செய்வதற்குச் சட்டத்தொழில் எனக்குத் தடையாக இருந்ததில்லை.

இன்னொரு விஷயத்தையும் பற்றி நான் எச்சரிக்க விரும்புகிறேன். தென்னாப்பிரிக்கா, இங்கிலாந்து முதலிய இடங்களிலும் அநேகமாக எல்லா இடங்களிலுமே, கட்சிக்காரர்களின் நலத்தை எண்ணி, விரும்பியோ, விரும்பாமலோ பொய் சொல்லலாம் என்று வக்கீல்கள் கருதுகிறார்கள். கட்சிக்காரர் குற்றவாளியாக இருப்பினும் அவர் சார்பாக வாதாடுவது வக்கீல்கள் கடமை என்று சொல்லும் அளவிற்கு ஒரு பிரபல ஆங்கில வக்கீல் வந்துவிட்டார்! நான் இதை ஏற்றுக் கொள்ளவில்லை. நீதிபதிகளின் முன்னர் நடந்தவற்றை எடுத்துக் காட்டி, அவர்கள் உண்மையைத் தெரிந்து கொள்ள உதவி செய்வதே வக்கீல்களின் கடமையாகும். அதை விட்டுவிட்டு, குற்றம் செய்திருப்ப வனைக் குற்றவாளி அல்ல என்று நிரூபிப்பது அவரது கடமை அல்ல. உங்கள் தொழிலில் கண்ணியத்தை நீங்கள்தான் பாதுகாக்க வேண்டும். உங்கள் கடமையை நிறைவேற்ற நீங்கள் தவறி விடுவீர்களேயானால் மற்றத் தொழில்களில் நிலைமை என்னவாகும்? உணவிற்கு உப்பு எவ்வளவு அவசியமோ, அதைப்போல, தேசத்திற்கு நீங்களும் முக்கிய மானவர்கள்.

## தூய வாழ்க்கையின் அவசியம்

*(கண்டியில் உள்ள தர்மராஜ் கல்லூரியில் காந்திஜி நிகழ்த்திய சொற்பொழிவின் விவரங்களே கீழே கொடுக்கப்பட்டுள்ளன).*

நான் எவ்வளவோ அதிருஷ்டசாலி. உலகத்தின் எந்தப் பகுதிக்குப் போனாலும் சொந்த வீட்டில் இருப்பது போன்ற உணர்ச்சியே எனக்கு ஏற்படுகிறது. அங்கெல்லாம் சொந்த வீட்டில் நடந்து கொள்ளுவதைப் போலவே நான் நடந்து கொள்ளுகிறேன். இந்த உணர்ச்சி இல்லாவிட்டால் தற்கொலை செய்து கொள்ளாமலே இறந்து போக வேண்டிய நிலை வெகு காலத்திற்கு முன்னரே எனக்கு ஏற்பட்டிருக்கும்! பார்சி நண்பர்களைக் காண நேரும்போது, இந்த உணர்ச்சி எனக்கு இரட்டித்துவிடுகிறது. இதன் உண்மையை நீங்கள் உணர்ந்து கொள்வது கடினம். நான் விளையாட்டாகச் சொல்லு கிறேன் என்பதாக நீங்கள் நினைத்தாலும் நினைக்கக்கூடும். விளை யாட்டாகச் சொல்லவில்லை; உண்மையாகவே சொல்லுகிறேன். தென்னாப்பிரிக்காவிலும் இந்தியாவிலும் அநேக பார்சிக்காரர்களுடன் நான் நெருங்கிப் பழகியிருக்கிறேன். உங்களுக்குத் தெரியாமலிருக்கலாம். பல பார்சி நண்பர்கள் எனக்கு உண்டு என்பதை நான் உங்களிடம் சொல்ல வேண்டியது அவசியம். இந்தியாவின் முதுபெரும் கிழவரான தாதாபாய் நவுரோஜி அவர்களின் பேத்திமார் மூவரும் என்னுடன் இருந்து, சிறந்த தொண்டு புரிந்து வருகிறார்களென்பதைத் தெரிவிப்பதில் நான் மகிழ்ச்சியடைகிறேன்.

சொந்த விஷயத்தையும் குடும்ப விஷயத்தையும் பற்றிப் பேசியே நான் உங்கள் பொறுமையைச் சோதிக்கலாகாது. பணமுடிப்புக் கொடுத்ததற்காக எனது நன்றியைத் தெரிவித்துக் கொள்கிறேன்.

டிரினிட்டி கல்லூரியில் படிக்கும் மாணவர்களுக்குச் சமீப காலத்தில் என்ன சொன்னேனோ, அந்த விஷயத்தையே உங்களுக்கும் சொல்ல விரும்புகிறேன். தூய்மை, உண்மை என்ற பலமான அடித் தளத்தின் மீது உங்களுடைய கல்வி உருவாக்கப்பட வேண்டும், அவ்வித அடித்தளத்தைக் கொண்டிராத கல்வி முற்றும் பயனற்றதாகிவிடும். நீங்கள் யாவரும் தூய வாழ்க்கை வாழவேண்டும். எண்ணம், பேச்சு, செயல் ஆகிய மூன்றிலும் நீங்கள் பரிசுத்தமானவர்களாக விளங்க

வேண்டும். இல்லையேல், நீங்கள் எவ்வளவுதான் படித்திருந்தாலும் அதனால் பயனே இல்லை; உங்கள் வாழ்க்கை பாழடைந்து விட்டதாகவேதான் சொல்லுகிறேன்.

ஒரு விஷயத்தை உங்கள் கவனத்திற்குக் கொண்டு வரும்படி என்னைக் கேட்டுக் கொண்டார்கள். தூய்மை என்ற சொல், யாவற்றையும்விட முதலில் மனச்சுத்தத்தையே குறிக்கும். மனத்தில் இருப்பதே செயலாகவும் நடத்தையாகவும் வெளிப்படுகின்றன. வாயைச் சுத்தமாக வைத்துக் கொள்ள விரும்புகிற பையன், ஒருகாலும் கெட்ட சொற்களைச் சொல்ல மாட்டான்.

புகை பிடிக்கும் பழக்கத்திற்கு ஆளான சிறுவர்களை நான் பார்த்திருக்கிறேன். இந்தக் கெட்டப் பழக்கம் பர்மாவில் அதிகம். அதேபோல இலங்கையிலும் இந்தப் பழக்கம் அதிகமாக இருக்கிறது. எங்குமே இந்தத் தீயப்பழக்கத்திற்கு ஆளாகிப் பையன்கள் கெட்டுப்போகிறார்கள். பார்சிகளை நெருப்பு வழிபாடு செய்பவர்கள் என்று சொல்லுவதுண்டு. பார்சிகளோ நெருப்புத் தெய்வமாகிய சூரியனை, அதனுடைய மகத்தான தோற்றத்தை வழிபட்டு, அதன் மூலம் கடவுளைக் காண்கிறார்கள். தவறாகவே அவர்களை அவ்விதம் அழைத்துவிட்டார்கள் போலும். உங்களைக் காட்டிலும் அதிகமாக நெருப்பு வழிபாடு செய்கிறவர்கள்(புகை பிடிப்பவர்கள்) வேறு யார் இருக்கிறார்கள்!

நல்ல பார்சிகளாக இருப்பவர்கள் பீடி, சிகரெட்டு பிடிக்க மாட்டார்கள். உங்கள் மேற்பார்வையில் இருந்து வரும் பையன்கள் இந்தக் கெட்ட பழக்கத்திற்கு ஆளாகித் தங்கள் வாய்களைக் கெடுத்துக் கொள்ளாமல் நீங்கள் பார்த்துக் கொள்ளவேண்டும்.

யாராவது புகை பிடிப்பவர்கள் இருந்தால், அந்தக் கெட்ட பழக்கத்தை இனி விட்டுவிடுங்கள். புகை பிடிப்பது மூச்சைக் கெடுத்து விடும். இது அருவருப்பான ஒரு பழக்கமாகும். பீடி, சிகரெட்டு பிடிப்பவர்கள் ரயிலில் பிரயாணம் செய்யும்போது பக்கத்தில் யார் இருக்கிறார்கள் என்றுகூடக் கவனிப்பதில்லை. பக்கத்தில் இருக் கிறவர்கள், புகை பிடித்துப் பழகாதவர்களாய் இருப்பினும் அதைப் பற்றி அவர்கள் கவலைப்படுவதே இல்லை. அவர்கள் வாயிலிருந்து வரும் புகையின் நாற்றம் பக்கத்தில் உள்ளவர்களுக்கு வெறுப்புத் தருவதாய் இருந்த போதிலும் அதைக் கவனியாமல் புகை பிடித்துக்கொண்டே இருப்பார்கள்.

பார்வைக்கு சிகரெட் மிகச் சிறிய பொருளாய்த் தோன்றலாம். ஆனால் வாயில் நுழைந்து வெளிவரும் போது சிகரெட்டுப் புகை நச்சுத்தன்மையுள்ளதாக மாறிவிடுகிறது. இது மட்டுமல்ல, பீடி, சிகரெட்டு பிடிப்பவர்கள் கண்ட கண்ட இடங்களில் எல்லாம் எச்சில் வேறு துப்பிவிடுகிறார்கள்.

புகை பிடிப்பது ஒருவனுடைய அறிவை மந்தமாக்கிவிடுகிறது. டாக்டர்களிடத்தில் இதைப்பற்றிக் கேட்டீர்களாயின், நல்ல டாக்டர்களாய் இருப்பவர்கள், வயிற்றினுள் வரும் பிளவை நோய்க்கு இது அடிப்படையான காரணமென்றும், பல சமயங்களில் தீராத கொடிய நோயை இது உண்டுபண்ணி விடுகிறதென்றும் சொல்லுவார்கள்.

பீடி, சிகரெட்டு பிடிப்பது உணவு வகையைச் சேர்ந்ததன்று. அப்படியிருக்கும்போது அதற்கு அவசியமென்ன? பிறர் தூண்டி விட்டதைக் கேட்டுப் புகை பிடிக்க ஆரம்பிக்கும்போது, முன் முதலில் கொஞ்சம் ஆனந்தமாக இருக்கும். இதைத் தவிர இதனால் வேறொரு நலனும் இல்லை.

நல்ல பிள்ளைகளாக இருக்க விரும்பினால், பெற்றோருக்கும் ஆசிரியருக்கும் கீழ்ப்படிந்து நடக்க விரும்பனால், நீங்கள் பீடி, சிகரெட்டு பிடிக்கிற பழக்கத்தை நிறுத்திவிடுங்கள். இதனால் மீதப்படும் பணத்தை தயவு செய்து எனக்கு அனுப்பி வையுங்கள். இந்தியாவில் கோடிக்கணக்கான மக்கள் பட்டினியால் வருந்து கிறார்கள். அவர்களுக்கு நீங்கள் மீதப்படுத்துகிற பணம் பயன்படும்.

# யாழ்ப்பாண மாணவர் காங்கிரஸ்

யாழ்ப்பாணத்தில் நடந்த மாணவர் காங்கிரஸ் கூட்டத்தில் காந்திஜி பேசியதாவது:

உங்களுடைய அழகான வரவேற்புரைக்காக எனது நன்றியைத் தெரிவித்துக் கொள்கிறேன். இந்த அழகிய தீவிற்கு என்னை வரவழைத்த பொறுப்பை நீங்கள் ஏற்றுக் கொண்டீர்கள். அதற்குரிய பெருமை நியாயமாக உங்களைச் சார்ந்ததே. ஒரு காரியத்தை ஏற்று நடத்தும்போது பெருமை வருவதுடன், இடையூறு நேர்ந்துவிட்டால் அவதூறும் வரும் என்பதை நீங்கள் நினைவில் வைத்துக் கொள்ள வேண்டும்.

போதுமான அளவிற்கு உங்கள் காங்கிரஸைப்பற்றி எனக்குத் தெரியாது. அது மட்டுமல்ல, இங்கு என் உரையைக் கேட்க வந்திருப்ப வர்கள் எத்தகைய கொள்கையுடையவர்கள் என்பதையும் நான் அறியேன். எனவே, இன்று உங்களுக்கு விசேஷமான செய்தி எதைத் தெரிவிப்பது என்பதில் எனக்கு மிகவும் தரும சங்கடமானதாக இருக்கிறது. இருந்தபோதிலும் உங்கள் சிறப்பு வாய்ந்த தலைவர் உங்கள் காங்கிரசின் லட்சியத்தைப் பற்றி என்னிடம் தெரிவித்தார். அந்த லட்சியங்கள் சம்பந்தமாய், என் மனத்தில் தோன்றிய சில எண்ணங்களைத் தெரிவிக்க முயல்கிறேன்.

அவர் சொல்லியதை நான் சரியாகப் புரிந்து கொண்டிருப் பேனாயின், உங்கள் முதல் லட்சியம் பழமையான பண்பாட்டைப் புதுப்பித்துச் சீர்படுத்துவதேயாகும். அப்படியாயின், புராதனப் பண்பாடு எது என்பதை நீங்கள் தெரிந்து கொள்ள வேண்டும். பழமையான பண்பாட்டைப் புதுப்பிக்கும்போது, ஹிந்துக்கள், பௌத்தர், கிறிஸ்தவர் ஆகியோரும், வேறு சமயத்தைச் சார்ந்தவர் களும் உற்சாகமாக அதில் கலந்து கொள்ள இடம் இருக்க வேண்டும். பழமையான பண்பாடு என்பதை, ஹிந்து மாணவர்களுக்கு மட்டும் உரித்தாக ஒதுக்கி வைக்க மாட்டீர்கள் என்று எண்ணியே நான் இவ்விதம் சொல்லுகிறேன்.

பௌத்த, கிறிஸ்தவ, முகம்மதிய, ஹிந்து மதங்களைச் சார்ந்த சகல மாணவர்களுக்குமே இந்த மாணவர் காங்கிரசில் இடம் உண்டு

என்று நினைக்கிறேன். இதன் அங்கத்தினர் பட்டியலில் இன்று முஸ்லீம் மாணவர்களும், பௌத்த மாணவர்களும் இருப்பதாகத் தெரியவில்லை. எனவே, நான் கூறும் வாதம் இங்குப் பொருத்த மில்லை என்று சொல்ல முடியாது. ஏனெனில் உங்களது முடிவான லட்சியம் சுயராஜியம் அடைவதென்பதே. நீங்கள் அடையவிருக்கும் சுயராஜியம், இலங்கையில் ஒருபகுதியான யாழ்ப்பாணத்தில் வசிக்கும் ஹிந்துக்கள், கிறிஸ்தவர்கள் ஆகிய இரு மதத்தினருக்கு மட்டும் உரியதாய் இராமல் இந்தத் தீவில் வசிப்பவர்கள் அனைவருக்குமே பொதுவானதாக இருக்கப் போகிறது. அப்படியாயின் பௌத்த, முஸ்லீம் மாணவர்களுக்கும் காங்கிரசில் இடமுண்டு என நான் குறிப்பிட்டது பொருத்தமேயாகும். பொருத்தமானதே என்றால், எத்தகைய பழமையான மதத்தினருக்கும் பொதுவானதாக அமைய வேண்டும். நாம் புதுப்பிக்க விரும்பும் பண்பாடு சகல மதத்தினருக்கும் பொதுவானதாக அமைய வேண்டும், நாம் புதுப்பிக்க விரும்பும் பண்பாட்டில் சந்தேகத்திற்கு இடமின்றி ஹிந்துக்களின் தொடர்பே மிகுதியாகக் காணப்படலாம். இருப்பினும், ஹிந்துக்களுக்கு மட்டும் உரிய ஒரு பண்பாடாக அதைச்செய்து விடலாகாது. பழமையான பண்பாட்டைப் புதுப்பிக்க எண்ணியே, புதுப்பிப்பது ஹிந்துக்களின் போக்கை அனுசரித்ததாக இருக்குமென்று சொன்னேன். ஹிந்துக்கள் வாழும் தேசத்தை நீங்கள் உங்கள் தாய்நாடாக எண்ணிப் பெருமை கொள்ளுகிறீர்கள். அப்படிப் பெருமை கொண்டு மகிழ்ச்சியடைவது நியாயமானதே.

ஹிந்து சமயப் பண்பாட்டில், பௌத்த சமயப் பண்பாட்டுக்கும் நிச்சயம் இடம் உண்டு என்பதைத் தெரிவிக்க விரும்புகிறேன். புத்தர் இந்தியராயும் ஹிந்துக்களுக்குள் ஹிந்துவாயும் விளங்கினார். அதனாலேதான் அப்படிச்சொல்ல எனக்குத் தைரியம் உண்டாயிற்று. ஹிந்து சமயத்தை வெறுத்து ஒதுக்கி விட்டு புதிய சமயம் ஒன்றை நிறுவினார் என்ற நம்பிக்கைக்குச் சான்று அவருடைய வாழ்க்கையில் எதுவுமே இல்லை. ஏசுநாதரை ஆசியாக்காரர் என்று எண்ணி விட்டால் எனது வேலை இன்னும் எளிதாகிவிடுகிறது. முகமது நபியும் ஒரு ஆசியாக்காரர்தான். எனவே, நாம் இப்போது ஆசியப் பண்பாடு எது அல்லது பழமையான ஆசியப் பண்பாடு எது என்று ஆராய வேண்டியவர்களாக இருக்கிறோம்.

பழமையான பண்பாட்டில் எவை என்றென்றும் நிலைத்திருக்கும் தகுதி வாய்ந்ததாக விளங்கினவோ, எவை மேம்பாட்டுடையனவோ, அவற்றையே புதுப்பிக்கும் விருப்பம் உங்களுக்கு இருக்குமாயின், உங்களது போக்கு மேலே கூறிய சமயநெறிகளுக்கு முரண்பட்டதாக இருக்கக் கூடாது. எனவே, மகத்தான இந்தச் சமய நெறிகளுக்குப் பொதுப்படையாக உள்ள ஒரு உண்மை எது என்பதை நாம் கண்டு பிடிக்க வேண்டியவர்களாக இருக்கிறோம். எது மகத்தானது, எது

சிறப்பானது என்று ஆராய்ந்து பார்க்கும்போது, உண்மையும் அகிம்சையும்தான் எத்தகையவை என்று எனக்குத் தோன்றுகிறது. மகத்தான இந்த மதங்களுக்கு எல்லாம் இவையே பொதுவான அளவுகோலாக விளங்குகின்றன. நீங்களும் ஆராய்ந்து பார்த்தால், இறுதியில் என்னைப்போலவே இந்த மதங்களுக்குக்கெல்லாம் பொது வானதாய் விளங்கும் உண்மையையும் அகிம்சையையும் கடைப்பிடிக்க ஆர்வம் கொள்ளுவீர்கள்.

ஒரு காலத்தில் ஹிந்து மதத்தின் அம்சங்களாகச் சில பழக்க வழக்கங்கள் இருந்து வந்திருக்கின்றன. அவற்றை நீங்களும் நானும் மறந்தே போயிருப்போம். மறுபடியும் அவற்றில் பலவற்றை நீங்கள் புதுப்பிக்க விரும்ப மாட்டீர்கள் என்று எண்ணுகிறேன்.

காலஞ்சென்ற நீதிபதி ராணடே கூறிய ஒரு பெரிய விஷயம், இப்போது என் நினைவிற்கு வருகிறது. பழமையான பண்பாட்டின் மறுமலர்ச்சியைப் பற்றிப் பேச நேர்ந்த சமயத்தில், அவர் அவ்விஷ யத்தைச் சொன்னார். கூட்டத்திற்கு வந்திருப்பவர்கள் எவராலும் நம் பழமையான பண்பாடு எது என்று திட்டமாகச் சொல்ல முடியாது என்றார். ஒரு பண்பாடு தனது பழமையான தன்மையை எப்போது இழந்ததென்பதையும் நவீனத்தன்மையை எப்போது பெற்றதென் பதையும் கூற முடியாதென்றார். அது மட்டுமல்ல, பழமை என்பதற்காக அறிவுள்ள மனிதன் எதையும் ஏற்றுக் கொண்டுவிட மாட்டான் என்றும் சொன்னார். பழமையான பண்பாடாயினும் சரி, அல்லது நவீனப் பண்பாடாயினும் சரி, பகுத்தறிவிற்கும் அனுபவத்திற்கும் அது பொருத்தமாக இருக்கிறதா என ஆராய்ந்து பார்க்க வேண்டும் என்று சபையோரிடம் தெரிவித்தார்.

இந்தத்தீவில் மட்டுமல்ல, உலகம் முழுவதிலுமே பிற்போக்குச் சக்திகள் நம்மைச்சுற்றி உலவுகின்றன. எனவே, இந்தத் தீவின் தலை யெழுத்தை நிர்ணயிப்பவர்களான மாணவர்களுக்கு, அதாவது மாணவர்களின் காங்கிரஸிற்கு நான் ஒரு எச்சரிக்கை செய்ய விரும்புகிறேன். பழமையான பண்பாட்டைப் 'புதுப்பிக்கிறோம்' என்று சொல்லி, அநேகர் பழைய காலத்து மூட நம்பிக்கைகளையும் மூடப் பழக்க வழக்கங்களையும் சிறிதும் தயக்கமின்றிப் புதுப்பித்து விடு கிறார்கள். இது, இந்தியாவில் எனக்கு ஏற்பட்ட சொந்த அனுபவத்தின் மூலம் கண்ட உண்மையாகும்.

தீண்டாமை என்னும் பயங்கரமான கொள்கையை நியாயம் என்று சொல்லி நிலைநிறுத்த, செத்துப்போன பழமையான சாத்திரங் களுக்கும் பழக்க வழக்கங்களுக்கும் உயிர்ப்பிச்சை கொடுத்து உதவி, அவற்றைச் சான்றுகளாகக் கூறுகிறார்கள். தேவதாசி முறையையும் நியாயம் என்று கூறி நிலைநிறுத்த இப்போது முயன்று வருகிறார்கள் என்பதை உங்களில் சிலர் அறிவீர்கள்.

பழமையான பண்பாட்டைப் புதுப்பிக்கிறோம் என்று சொல்லிக்கொண்டு, தவறான நெறிகளில் சென்றுவிடலாகாது என்பதற்காகவே, நான் இந்த எச்சரிக்கை செய்ய வேண்டியதாயிற்று. பழமையான பண்பாட்டில் நான் மிகுந்த பற்றுதல் உடையவன். பழமையான பண்பாட்டில் எவை என்றென்றும் நிலை பெற்று விளங்கத்தகுதி வாய்ந்தனவாயும் எவை உயர்ந்தனவாயும் இருக்கின்றனவோ, அவற்றையெல்லாம் சொந்த வாழ்க்கையில் நடைமுறையில் அனுசரிக்க நான் பெரிதும் முயன்றிருக்கிறேன். இதிலிருந்தே இந்த எச்சரிக்கையின் உட்கருத்தை நீங்கள் உணரக்கூடும்.

பழமையான பண்பாட்டில் புதைந்து கிடக்கும் பொக்கிஷங்களை நான் தேடியலைந்த போது, பழமையான ஹிந்து மதத்தில் எவை நிரந்தரமாக இருக்கத் தகுதி வாய்ந்தனவோ, அவை அனைத்தும் புத்தர், முகம்மது நபி, ஏசுநாதர், சோராஸர் ஆகியோர் போதித்தவற்றிலும் இருப்பதைக் கண்டேன். இவ்வாறு நான் காண நேர்ந்தது ஒரு மதிப்பிட முடியாத பாக்கியமேயாகும். எனவே, இவற்றை வாழ்க்கையில் கடைபிடிப்பது எளிதாயிற்று. பழமையான ஹிந்து சமயக்கொள்கை ஒன்று, முஸ்லீம் அல்லது கிறிஸ்தவ சகோதரர்களுக்கு வெறுப்பு ஊட்டக்கூடியதாய் இருப்பின், உடனே என் மனத்தில் ஒருவிதப் பரபரப்பு உண்டாகி, அந்தக்கொள்கை பழமையானதா என்பதில் சந்தேகம் தோன்றிவிடும். இந்த ஆராய்ச்சியின் பயனாக உண்மை, அகிம்சை இரண்டுமே சிறந்தவை, மிகவும் புராதனமானவை என்னும் தவிர்க்க முடியாத ஒரு முடிவிற்கு நான் வந்துள்ளேன். அகிம்சை, உண்மை என்னும் இரு துறைகளிலும் நான் வேலை செய்தததன் பயனாக இன்னொன்றையும் நான் கண்டேன். நவீன வாழ்வுக்கு உகந்ததாக இராமல், அதற்கு மாறுபட்டு இருக்கும் பழைய சம்பிரதாயங்களையும் புதுப்பிக்கலாகாது என்பதே அந்த உண்மை. சில சம்பிரதாயங்கள் மிகவும் நல்லவையாக இருக்கலாம். அந்தக் காலத்து வாழ்க்கைக்கு ஒருகால் அவை முற்றும் அவசியமானவையாகவும் இருந்திருக்கலாம். ஆனால், தற்காலத் தேவைகளுக்கு அவை அடியோடு முரண்பட்டனவாக இருக்கக்கூடும்; உண்மைக்கும் அகிம்சைக்கும் மாறுபட்டிராமலும் இருத்தல் கூடும்.

தேவதாசி முறை, குடி, தீண்டாமை போன்ற பழக்க வழக்கங்களையும் கருணை வடிவானவர், அன்புள்ளவர், மன்னிக்கும் இயல்புடையவர் என்று நாம் சொல்லுகிற கடவுளுக்கு ஆடு கோழிகளைப் பலியிடல் போன்றவற்றையும் தயவுதாட்சண்யமின்றி நாம் ஒதுக்கித் தள்ளிவிடுவோமாயின், லட்சியத்தை அடைவதற்கு எவ்வளவு எளிதாகிவிடுகிறது என்பதைக் காண்பீர்கள். அறநெறி உணர்ச்சிக்கு இவை அனைத்தும் பொருந்தவில்லையாதலால், வருத்தமும் தயக்கமும் ஒரு சிறிதுமின்றி, இவற்றை நாம் விலக்கி விடலாம். இவை யாவும் அழித்தல் வேலைத்திட்டம். இதே போல ஆக்கல் அதாவது நிர்மாண

வேலைத்திட்டமும் உண்டு. அழித்தல் வேலைத்திட்டத்தைப் போல், நிர்மாண வேலைத்திட்டமும் முக்கியமானதாகும். அத்திட்டத்தின் முக்கியமான பகுதி ராட்டினத்தில் நூற்பதேயாகும். ராட்டினத்தில் கடவுளின் கைகள் வேலை செய்கின்றன. மனித சமுதாயத்தில் மிகவும் கீழான நிலையில் உள்ளவர்களுக்கு வேண்டியவற்றையெல்லாம் ராட்டினம் தருகிறது என்பதனாலேயேதான் நான் அப்படி எண்ணு கிறேன். அதனாலேதான் எந்த நேரத்தில் பேசலாம், எந்த நேரத்தில் பேசக்கூடாது என்பதைக் கவனியாமல், எப்போதுமே அதைப்பற்றிப் பேசுகிறேன். எண்ணுகிறேன்; நூல் நூற்கிறேன், வணங்குகிறேன்.

உலகில், முக்கியமாக இந்தியாவில் பசியால் வாடி வதங்கும் கோடிக் கணக்கான மக்களுக்கு அருகில் நம்மைக் கொண்டு நிறுத்தி, தோட்டிக்குச் சமமாக நம்மையும் ஆக்கக்கூடியது வேறு ஏதாவது ஒன்று இருக்கு மாயின், ராட்டினத்தைக் கைவிட்டுவிட்டு அந்தக்கணமே அதைப் பற்றிக்கொள்ள நான் சித்தமாயிருக்கிறேன். வெட்கமில்லாது பிச்சைப் பாத்திரத்தை ஏந்தி, வீடு வீடாய்ச்சென்று, ‘உங்களுக்கு மனமிருந்தால் ஏதாவது பாத்திரத்தில் போடுங்கள்’ என்று தான் பிச்சை கேட்டுத் திரிவதன் கருத்து யாது என்பதை நீங்கள் இதன் மூலம் அறிந்திருக்கக் கூடும்.

# அறநெறி வாழ்க்கை

கொழும்பில் உள்ள ஸர்ஹிரா கல்லூரி மாணவர்கள் அடங்கிய கூட்டம் ஒன்றில் காந்திஜி பேசிய விவரங்கள் கீழே கொடுக்கப் பட்டுள்ளன.

தென்னாப்பிரிக்காவில் நான் இன்பத்தில் திளைத்திருந்த நாட்களை நீங்கள் நினைப்பூட்டினீர்கள். எனது வாழ்க்கையில் எனது நாட்டு முஸ்லீம் நண்பர்களுடன் நெருங்கிய தொடர்பு கொண்டு வாழ்ந்த காலம் என்று அந்த நாட்களைச் சொல்லிவிடலாம். 1893-ஆம் வருட ஆரம்பத்தில், மிகவும் உயர்ந்த பண்பட்ட முஸ்லீம்கள் சிலரோடு பழகும் வாய்ப்பு எனக்குக் கிடைத்தது. அவர்களிடையே எனக்குச் செல்வாக்கும் உண்டு. எனவே, உங்களோடு கலந்து பழகும் பொருட்டு, நீங்கள் என்னை அழைத்ததைக் கண்டு நான் ஆச்சரியப்படவில்லை.

நான் கொழும்புக்குக் கப்பலேறுவதற்கு முன், டில்லியிலுள்ள ஜமியா கல்லூரிப் பேராசிரியர்களோடும் மாணவர்களோடும் கலந்து பழகியதை, இந்தியச் செய்திப் பத்திரிகையைப் படிக்கும் பழக்கமுடையவர்கள் படித்து இருப்பீர்கள். இன்னும் வேறுபல நிகழ்ச்சிகளில் கலந்து கொள்ள வேண்டி இருப்பதால், உரை நிகழ்த்துவதற்குப் போதிய அவகாசமில்லை எனவே, டில்லியிலுள்ள பையன்களுக்குச் சொன்னவற்றையே உங்களுக்கு நான் இங்குச் சுருக்கமாகச் சொல்லப்போகிறேன்.

இந்தப்பெரிய கல்லூரியில் நீங்கள் படிப்பதெல்லாம், பரிசுத்தமான ஒழுக்கம் என்ற அஸ்திவாரத்தின் மீது உருவாக்கப்பட வேண்டும். இல்லையேல், அதனால் யாதொரு நலனும் இல்லை.

சில ஆண்டுகளுக்குள்ளேயே நீங்கள் அடைந்திருக்கும் அற்புதமான முன்னேற்றத்தையும் உணர்ச்சியோடும் உற்சாகத்தோடும் இங்கு காரியங்கள் நடைபெறுவதையும் நீங்கள் வெளியிடும் பத்திரிகைகளின் மூலமாக நான் தெரிந்து கொண்டேன். இவற்றைக் கண்டு என்னால் ஆச்சரியப்படாமல் இருக்க முடியவில்லை. அஸ்திவாரக் கல் நாட்டு வைபவத்தின்போது கவர்னருக்கு வாசித்துக் கொடுத்த அறிக்கையை இப்போதுதான் படித்தேன். நல்லொழுக்கம் என்ற அஸ்திவாரக் கல்லை நாட்டி, அதன் மீது கற்கள் கற்களாக அடுக்கி, இந்தக் கட்டிடத்தை நாம் கட்டி வருவோமாயின், எவ்வளவு சிறந்ததாக இருக்கும் என்று நான் எண்ணினேன். அந்த அஸ்திவாரத்தின் மீது

நாம் கட்டடத்தைக் கட்டுவோமாயின், பிற்காலத்தில் இந்தக் கட்டிடத்தைப் பார்க்கும் போது நமக்கு உவகையும் பெருமிதமும் உண்டாகும். ஒழுக்கம் என்பது சுண்ணாம்பினாலும் கல்லினாலும் கட்டக்கூடிய பொருளன்று. ஒழுக்கம் என்பதைச் சொந்த முயற்சி யினாலேயே கட்ட வேண்டும். பிறருடைய உதவி கொண்டு கட்டி விடலாம் என்பது இயலாத காரியம். புத்தகங்களின் பக்கங்களிலிருந்து ஒழுக்கம் என்பதைக் கல்லூரித் தலைவரோ அல்லது பேராசிரியர் களோ எடுத்து வழங்க முடியாது.

ஹிந்து மதம், கிறிஸ்தவ மதம் ஆகிய இன்னும் உலகிலுள்ள வேறு பல மதங்களையும் நான் ஆராய்ச்சி செய்து வந்தேன். அப்போது வேறுபாடுகள் பல இருப்பினும், அடிப்படையில் சகல மதங்களிலும் ஒற்றுமை நிலவியதைக் கண்டேன். உண்மையும் குற்றமற்ற தன்மையும் அனைத்துக்கும் பொதுவானதாக அமைந்து இருக்கின்றன. பலாத்காரம் செய்யாமை, கொலை செய்யாமை ஆகிய இரண்மையுமே நான் குற்றமற்ற தன்மை என்று சொல்லுகிறேன். உண்மையையும் குற்றமற்ற தன்மையையும் பாதுகாக்க நீங்கள் முன்வருவீர்களாயின், பலமான அஸ்திவாரத்தின் மீதே உங்கள் வாழ்க்கை நடைபெறுகிறது என்ற உணர்ச்சி உங்களுக்கு ஏற்படும்.

தாராளமாகப் பணமுடிப்பு அளித்ததற்காக உங்களுக்கு நான் நன்றி செலுத்துகிறேன். இந்தியாவில் கோடிக்கணக்கான மக்கள் பசியால் வருந்துகிறார்கள். அவர்களுக்கு வேலை தேடிக்கொடுக்கும் பொருட்டு இந்தத் தொகை பயன்படுத்தப்படும். ஹிந்துக்கள், முஸ்லீம்கள், கிறிஸ்தவர்கள் ஆகிய எல்லோரிடையேயும் வேலையில்லாமல் தவிப்பவர்கள் உண்டு. இந்த நன்கொடையைத் தந்து, பசியால் வருந்தும் கோடிக்கணக்கான மக்களுடன் நீங்கள் ஒருவாறு தொடர்பு கொண்டு விட்டீர்கள் எனலாம். இதைக் கண்டு கடவுள் மகிழ்ச்சி அடைவார். நீங்கள் கொடுத்த இந்தத் தொகை எதற்காக உபயோகப்படுத்தப்படும் என்பதை நீங்கள் அறிந்து கொள்ளாவிட்டால், நீங்கள் கொண்டுள்ள தொடர்பு வலிமையற்ற தொடர்பாகவே ஆகிவிடும். என் உடல் மீது கிடக்கும் துணியைப் போன்ற துணிகளை உற்பத்தி செய்யும் பொருட்டே இந்தப்பணம் உபயோகிக்கப்படும். இதனால், வேலை யில்லாது தவிக்கும் ஆண்களுக்கும் பெண்களுக்கும் வேலை கிடைக்கும். இப்படி உற்பத்தி செய்த துணியைக் காண இயலா விட்டால், இந்தப் பணத்தினால் எவ்விதப் பலனும் இல்லை.

நம் நாகரிக வாழ்க்கையையும் நாகரிக மோகத்தையும் திருப்தி செய்து கொள்ளுவதற்கு ஏற்ற காலம் இது. இந்தியாவில் வசிக்கும் கோடிக்கணக்கான மக்களுடன் ஒரு நிரந்தரமான தொடர்பை நீங்கள் வைத்துக் கொள்ள விரும்பினால், நீங்கள் இனிக் கதர் அணிவீர்கள் என்பது நிச்சயம்.

# பம்பாயில் ஆரம்பக் கல்வி

ஆரம்பக் கல்விப் பிரச்சனையைக் குறித்து விவாதிப்பதில் நான் இதுவரையில் வேண்டுமென்றே கிராமங்களைப் பற்றி மாத்திரமே குறிப்பிட்டு வந்தேன். ஏனெனில் கிராமங்களில்தான் இந்தியாவில் உள்ள மக்களில் பெரும்பாலோர் வசிக்கின்றனர். கிராமங்களின் பிரச்சனையை வெற்றிகரமாகத் தீர்ப்பது, நகரங்களின் பிரச்சனையையும் தீர்ப்பதற்கு ஒப்பாகும். ஆனால் பம்பாய் நகரத்தின் ஆரம்பக்கல்விப் பிரச்சனையில் அக்கறை கொண்ட நண்பர் ஒருவர் கீழ்க்கண்ட கேள்வியை எழுப்புகிறார்:

"ஆரம்பக் கல்விக்கான நிதி வசதி அளிக்கும் விஷயத்தில் இப்போது காங்கிரஸ் மந்திரி சபை ஈடுபட்டுள்ளது. ஆரம்பக்கல்வி தன்னைக் கட்டிக்கொண்டு போவதாக இருக்க வேண்டுமென்ற முழக்கம் இப்போது எங்கும் பரவியுள்ளது. ஆகையால், பம்பாய் போன்ற நகரத்தின் விஷயத்தில் இதை எப்படி, எந்த அளவுக்குச் சொல்ல முடியும் என்பதை ஆராய்வது பயனுள்ளதாக இருக்கும். பம்பாய் நகர சபையில் கல்விக்கான வருடாந்திர வரவு செலவுத்திட்டம் ரூ.35 லட்சத்துக்கும் ரூ.36 லட்சத்துக்குமிடையே இருக்கும் என்று சொல்லப்படுகிறது. பம்பாயில் கட்டாய ஆரம்பக்கல்வியைக் கொண்டு வருவதற்கான திட்டத்தைத் தொடங்குமுன், மேற்கண்ட தொகையுடன் மேலும், பல லட்ச ரூபாய்களைக் கொண்டு பலப்படுத்திக் கொள்ள வேண்டும். இப்போது ஆண்டு ஒன்றுக்கு ஆசிரியர்களின் சம்பளத்திற்காக ரூ.20 லட்சத்துக்கு மேலாகிறது. அதற்கு மேல் பள்ளிக்கூடங்களின் வாடகைக்காக ரூ.4 லட்சம் போகிறது. இது ஒவ்வொரு மாணவனுக்கும் சராசரியில் ரூ.40 முதல் ரூ.42 வரை ஆகிறது. ஒரு மாணவன் அவனுடைய தொழிற்பயிற்சி மூலம் இத்தொகையைச் சம்பாதிக்க முடியுமா? அவ்விதம் இயலாதென்றால், பின்பு எப்படி ஆரம்பக்கல்வி தன்னைக் கட்டிக்கொண்டு போவதாக இருக்க முடியும்? பம்பாய் நகரமும், அதன் குழந்தைகளும் ஆரம்பக் கல்விக்கு அடிப்படையாகத் தொழிற்பயிற்சியை மேற்கொள்வதன் மூலம் நன்மை அடைவார்களென்பதைப் பற்றி என் மனத்தில் சந்தேகமே கிடையாது. இப்போது இக்குழந்தைகள் தங்கள் ஆரம்பக் கல்விப் பயிற்சி முடிந்தபின் காட்டக்கூடியதெல்லாம் அதிக

மதிப்புள்ளதன்று; நிச்சயமாக அவர்களைச் சிறந்த குடிமகன் என்ற அந்தஸ்துக்குத் தகுதியுள்ளதாக்குவதுமன்று'.

நகரங்களில் ஆரம்பக்கல்விக்கு தொழிற்பயிற்சி அடிப்படையை ஏற்கும்படி சிபாரிசு செய்ய நான் தயங்கவே மாட்டேன். பம்பாயில் இப்போது ஆரம்பக்கல்விக்காகச் செலவு செய்யப்படும் ரூ.35 லட்சத்தில் மொத்தமுமில்லாவிட்டாலும் பெரும்பகுதி மிச்சப்படுவதற்கு அத்தகைய தொழிற்பயிற்சி வசதி செய்யும் பம்பாயில் குழந்தையொன்றுக்கு ஆரம்பக்கல்வி புகட்ட வருடாந்திரச் செலவு ரூ.40 என்று வைத்துக்கொள்வோம். பம்பாய் நகரசபை ஒதுக்கும் கல்வி மானியத்திலிருந்து 87,500 குழந்தைகள் கல்வி பெறுகிறார்கள் என்று அர்த்தம். பம்பாய் ஜனத்தொகை பத்து லட்சம் என்று வைத்துக் கொண்டால், பள்ளிக்கூடம் போகக்கூடிய வயது வந்த குழந்தைகள் குறைந்தபட்சம் ஒன்றரை லட்சம் இருக்கும். பள்ளிக்குச் செல்லும் வயது வந்த குழந்தைகளில் 62,000 பேருக்குக் குறையாமல், பம்பாய் நகரில் ஆரம்பக்கல்வி பெறாமல் போகிறார்கள் என்று அர்த்தமாகிறது. வீடுகளிலேயே தனியாகக் கல்வி கற்றுக்கொள்ளும் குழந்தைகள் 6000 பேர் இருப்பதாக வைத்துக் கொண்டு, மேற்கண்ட கணக்கிலிருந்து அதைக் கழித்துவிட்டால், இன்னும் ஆரம்பக்கல்வி வசதி பெற வேண்டிய குழந்தைகள் 56,000 பேர் இருப்பார்கள். இப்போதைய செலவு விகிதப்படி, இதற்கு ரூ.22,40,000 தேவைப்படும். எனக்குத் தெரிந்தமட்டில், பிரளய காலத்துக்கு முன் இத்தொகை கிடைப்பது அரிது!

இந்தியாவில் இலவசக் கட்டாய ஆரம்பக்கல்வி முறை அமலில் இருக்க வேண்டும் என்பதில் உறுதியான நம்பிக்கை கொண்டவன் நான். குழந்தைகளுக்கு உபயோகமான கைத்தொழில் போதிப்பதால் மட்டுமே, அக்கல்வியைக் குழந்தைகளின் அறிவு, உடல், ஆன்மீக சக்திகளை வளர்க்கும் சாதனமாகப் பயன்படுத்துவதன் மூலமே, அந்த லட்சியத்தை அடைய இயலுமென்று கருதுகிறேன். கல்வி சம்பந்தமாக இம்மாதிரியான பொருளாதாரக் கணக்குகள் இழிவானவை என்றோ, அல்லது பொருந்தாதவை என்றோ எவரும் நினைக்கலாகாது. பொருளாதாரக் கணக்கு போடுவதில் இழிவு எதுவும் இல்லை. உயர்ந்த தருமத்திற்கு உண்மையான பொருளாதாரம் எப்போதும் விரோதியல்ல; எல்லா உண்மையான தருமங்களும் அப்பெயருக்கேற்ற மதிப்புடன் விளங்குவதானால், அவை சிறந்த பொருளாதார முறைகளாகவும் இருக்க வேண்டும். பண தேவதை வணக்கத்தைக் கற்பிக்கும். அதே சமயம் எளியோரைத் துன்புறுத்தி வலியோர் பணம் குவிக்க உதவியாக இருப்பதுமான பொருளாதாரம், துக்ககரமான போலி சாத்திரமேயாகும். அது மரணத்துக்கே காரணமாக இருக்கும். அதற்கு மாறாக உண்மைப்பொருளாதாரம் சமூக நீதியை அடிப்படையாகக் கொண்டதாக இருக்கும்; எளியோர் உட்பட

எல்லோருக்கும் சமமான நலனை வளர்ப்பதாக இருக்கும்; கண்ணிய மான வாழ்க்கைக்கு இன்றியமையாததாகவும் இருக்கும். பம்பாய் நகரம், அதன் குழந்தைகளுக்கு உபயோகமான தொழிலைப் போதித்து, ஆரம்பக்கல்விக்கான செலவைத் தானாகவே தேடிக் கொள்ளக்கூடிய நிலைமையை உண்டாக்கினால், நாடு முழுவதும் பின்பற்றக்கூடிய நிலைமையை உன்னத எடுத்துக்காட்டாக அது விளங்குமென்று நான் துணிந்து சொல்லுவேன். ஒரு மாணவன் நாளொன்றுக்கு ஒரு கைத்தொழிலில் ஒரு மணி நேரம் வேலை செய்வதாக வைத்துக் கொள்ளலாம். மாதத்தில் 25 நாட்கள் பள்ளிக்கூடம் நடப்பதாக வைத்துக் கொள்ளலாம். மணிக்கு அதை அணா ஊதியமென்றால், அவன் அல்லது அவள் பள்ளிக்கூடத்துக்காக மாதத்துக்கு ரூ.3-2-0 சம்பாதிக்கலாம். தொழில் பயிற்சி, மாணவனுடைய மனத்தைச் சோர்வில்லாமலும் சுட்டிகையாகவும் ஆக்கிவிடும். அதே சமயத்தில் அவன் அல்லது அவளுடைய அறிவு வெளிப்படுவதற்கான சாதனமாகவும் இருக்கும். ஆனால், ஆரம்பத்திலேயே குழந்தை மணிக்கு அரை அணா வீதம் தேடித்தர வேண்டும் என்று அர்த்தம் செய்து கொள்ள வேண்டாம். மொத்தம் 7 ஆண்டு காலத்தில் மணிக்கு அரை அணா வீதம் அவன் சம்பாதித்துக் கொடுப்பான்.

இம்மாதிரியான தொழில் பயிற்சி, கல்வியை மந்தமாக்கி விடு மென்றோ, அல்லது குழந்தையின் மனத்தை முடக்கிவிடுமென்றோ நினைப்பது முற்றிலும் மூடநம்பிக்கையாகும். திறமையான ஆசிரியர்களிடம் தொழில் போதனை பெறும்போது குழந்தைகளின் முகங்களில் தவழ்ந்த ஒளியும் மகிழ்ச்சியும்தான் என்னுடைய நினைவுகளிலேயே இன்பம் தருவதாக இருக்கிறது. இதற்கு நேர்மாறாக, திறமையில்லாத ஆசிரியர், தவறான வழியில் குழந்தைகளுக்கு சகிக்க முடியாததாகி விடுவதை நான் கண்டிருக்கிறேன். நம்முடைய தேவைக் கேற்ற விதத்தில் எங்கிருந்து திறமைசாலிகளான ஆசிரியர்களைக் கொண்டு வருவது என்ற கேள்வி பிறக்கக்கூடும்? அவசியம் ஏற்படும் பொழுது அத்தகையோரைக் கண்டு பிடிக்கும் ஆற்றலும் ஏற்படும். அதற்கு இதுதான் என்னுடைய பதிலாக இருக்கும். நம் கல்விக் கொள்கையில் சீரமைப்பு அவசியமென்பதை உணர்ந்து விட்டோ மாகில், அதைச் செயல்படுத்துவதற்கான சாதனங்களைக் கண்டு பிடிப்பதில் சிரமம் ஒன்றுமிராது. இப்போதைய கல்வி முறைக்காகும் காலம், செலவு, அதை நடத்துவதற்கான ஆள்பலம் இவற்றில் ஒரு விகிதத்தை வைத்துக்கொண்டே, நம் பணிக்குத் தேவையான தொழில் போதகர்களையெல்லாம் எளிதில் பயிலுவிக்க இயலும். பம்பாயிலுள்ள கல்வி நிபுணர்களின் கமிட்டியொன்று, ஆர்வமிருக்குமானால், ஆரம்பக்கல்வி முறைக்காக நான் சொல்லியுள்ள விதத்தில் திட்டம் வகுத்து, காலவரையின்றி அதைச் செயலுக்குக் கொண்டு வருவது சாத்தியமாக இருக்க வேண்டும், எனக்கிருப்பதைப் போன்று

அவர்களுக்கும் அதில் அழியாத நம்பிக்கை இருக்க வேண்டுமென்பதே முக்கியம். இத்தகைய நம்பிக்கை உள்ளத்திலிருந்து தான் வளரும். அதைப் பிறரிடமிருந்து பெற இயலாது. இவ்வுலகில் அழியாத நம்பிக்கையில்லாமல் எத்தகைய மாபெரும் சாதனைகளும் நிறைவேறியதில்லை.

நகரப் பள்ளிகளில் குழந்தைகளுக்குப் போதிக்கக்கூடிய தகுந்த தொழில் வகைகள் என்ன? இவ்விஷயத்தில் வரம்பு வித்தியாசமில்லை. ஆனால் என்னுடைய பதில் தெளிவானது. இந்தியாவின் கிராமங்களை உயிர்ப்பிக்க நான் விரும்புகிறேன். இன்று நம் கிராமங்களெல்லாம் நகரங்களின் அனுபந்தங்களாக மட்டுமே இருக்கின்றன. நகரங்களால் சுரண்டப்படுவதற்கும், நகரங்களின் தயவையே நம்பியிருப்பதற்கும்தான் அவை இருக்கின்றன. இது இயற்கையானதல்ல. சுய நலத்துடன் கிராமங்களைச் சுரண்டுவதற்குப் பதிலாக, கிராமங்களிலிருந்து கிடைக்கும் பலத்துக்கும் போஷணைக்கும் பதிலாகப் போதுமான அளவுக்குக் கிராமங்களுக்கு வழங்க வேண்டும் என்பதை நகரங்களும் உணரும்போதுதான் இரண்டுக்குமிடையில் சிறந்த, தார்மீகமான உறவு ஏற்படும். இம்மாபெரும், உன்னத சமூகச்சீரமைப்புப் பணியில் நகரக் குழந்தைகள் தங்களுக்குரிய பங்கை எடுத்துக்கொள்ள வேண்டுமெனில், அவர்கள் பயிலும் கல்வியின் மூலம் அவர்கள் பெறும் தொழிற்பயிற்சி, கிராமங்களின் தேவைகளுடன் நேரடியான தொடர்புள்ளதாக இருக்க வேண்டும்.

எனக்குத் தெரிந்தவரையில், பஞ்சடித்துத் தூய்மைப்படுத்துவது முதல் நூற்பது வரையில் உள்ள பல்வேறு பஞ்சு உற்பத்தி முறைகள் முழுவதும், வேறெதையும்விட இந்தச் சோதனைக்குப் பொருத்த மானவையென நான் நினைக்கிறேன். இன்றைக்கும்கூட கிராமங்களில் பருத்தி பயிரிடப்பட்டு, நகரங்களில் நூற்று துணியாக்கப்படுகிறது. ஆனால் ஆலைகளில், ஆரம்பம் முதல் கடைசி வரையில் பருத்தி சங்கிலித்தொடர் போல் பலவித முறைகளுக்கு உள்ளாகிறது. இம்முறைகளால் ஆள்பலம், மூலப்பொருள்கள், இயந்திர சக்திக்கு உண்டாகும் பெரிய நஷ்டம் ஒரு பெரும் சோகக்கதையாகும்.

நூற்றல், பஞ்சடித்தல் போன்ற கிராமக் கைத்தொழில்களின் மூலம் ஆரம்பக் கல்வியைப் புகட்டுவது என்னும் எனது திட்டம், அமைதியான சமூகப்புரட்சிக்கு அஸ்திவாரமாக இருக்க வேண்டும் என்றே வகுக்கப்பட்டுள்ளது. இப்புரட்சியில் ஏற்படும் பலன்கள் மகத்தானவையாக இருக்கும். நகரங்களுக்கும் கிராமங்களுக்குமிடையில் ஆரோக்கியமான, தார்மீகமான அடிப்படையில் நல்லுறவு ஏற்படுவதற்கும் வழியை உண்டாக்கும். நம் கிராமங்கள் மேன்மேலும், சீரழிவதைத் தடுக்கும். ஏழை, பணக்காரன் என்ற இயற்கைக்கு மாறான பாகுபாடு இல்லாததும், ஒவ்வொருவருக்கும் வாழ்வதற்குரிய ஊதியமும்,

சுதந்திரத்துக்கான உரிமையும் உறுதி செய்யப்பட்டதுமான நியாயமான சமூக நியதியை ஸ்தாபிக்கும். ரத்தப்புரட்சியுடன் கூடிய வர்க்கப் போராட்டத்தின் கோரங்கள் இல்லாமல் அல்லது பரந்த கண்டமான இந்தியா போன்ற நாட்டை இயந்திரமயமாக்குவதால் உண்டாகும் ராட்சத முதலீட்டுச்செலவு இல்லாமல் இத்தனையும் சாதிக்கப்பெறும். அயல் நாடுகளிலிருந்து இறக்குமதியாகும் தொழிற்சாலைகளையோ அல்லது தொழில் நுட்பத்திறனையோ நிர்க்கதியாக நாம் நம்பியிருக்க வேண்டிய நிலையும் ஏற்படாது. கடைசியாக, மிகவும் விசேஷத்திறமை வாய்ந்த நிபுணர்களை எதிர்பார்க்கும் அவசியம் இல்லாமல், பொது மக்கள் தங்கள் விதியைத் தாங்களே உருவாக்கிக் கொள்ள சந்தர்ப்பம் ஏற்படும். ஆனால் யார் பூனைக்கு மணி கட்டுவது? நகர மக்கள் நான் கூறுவதற்குச் செவி சாய்ப்பார்களா? அல்லது என் குரல் எல்லாம் காட்டில் காய்ந்த நிலவு போல வீணாகிவிடுமா? அந்தக் கேள்விகளுக்குப் பதில்கள், என்னைவிட நகரங்களில் வசிக்கும் இக்கடிதமெழுதியவர் போன்ற கல்வித்துறையில் ஆர்வம் உள்ளவர் களையே பொறுத்திருக்கின்றன.

- 'ஹரிஜன்' 9-10-1937

# வெற்றிக்கு உரைகல்

ஒரு கைத்தொழிலின் மூலம் கல்வி பெறுவதன் சம்பந்தமாக காந்திஜி பேசுகையில் கூறியதாவது:

'ஒரு கைத்தொழிலின் மூலம் கல்வி புகட்டப்படுமானால், அதிலிருந்து நேரடியாகக் கிடைக்கும் பலன் அது தன்னைக் கட்டிக்கொண்டு போவதாக இருக்கும் என்பதே.. ஆனால் வெற்றிக்கு உரைகல், தன்னைக் கட்டிக்கொண்டு போகும் தன்மையல்ல; சாத்திரிய மான முறையில் கைத்தொழிலை போதிப்பதால், மனிதரிடமிருக்கும் திறன் முழுவதும் வெளிப்படுவதேயாகும். எந்நிலையிலும் இதைத் தன்னைக் கட்டிக்கொண்டு போகும் வண்ணம் மாற்றிவிடுவதாக வாக்களிக்கும் ஆசிரியரை நான் நிராகரித்து விடுவேன். தம்முடைய திறமையையெல்லாம் பயன்படுத்த மாணவன் கற்றுக்கொண்டு விடும்போது, தன்னைக் கட்டிக்கொண்டு போவதற்கும் வழி பிறந்து விடும். நாள் ஒன்றுக்கு 3 மணி நேரம் தன்னுடைய கைத்தொழிலில் பணியாற்றும் மாணவன், தன்னுடைய பராமரிப்புக்கு வருவாயைத் தேடிக்கொள்வது உறுதியென்றால், அப்பணியுடன் தன்னுடைய உள்ள வளமையையும் ஆன்மீக வளர்ச்சியையும் சேர்த்துக் கொள்ளும் பையன் இன்னும் எவ்வளவு அதிகமாகச் சம்பாதிப்பான்!'

- 'ஹரிஜன்' 11-6-1939

# முடிவுகள்

இந்த ஆதாரக்கல்வி, நாட்டில் நம்மைச் சூழ்ந்துள்ள நிலையிலிருந்து வளர்ந்ததாகும். ஆகையால், சூழ்நிலையைச் சமாளிப்பதே இதன் நோக்கமாக இருக்கிறது. இந்தியாவின் ஏழு லட்சம் கிராமங்களிலும் அதன் கோடிக்கணக்கான மக்களிடையிலும் இச்சூழ்நிலை பரவியுள்ளது. அவர்களை மறந்தால், இந்தியாவையே மறப்பதாகும். இந்தியாவை அதன் நகரங்களில் காண முடியாது. எண்ணிக்கையற்ற கிராமங்களில்தான் இந்தியா உள்ளது.

ஆதாரக்கல்வியின் அடிப்படையான அம்சங்கள் பின்வருமாறு:

1. உண்மையான கல்வி என்பது தன்னிறைவுடையதாக இருக்க வேண்டும். அதாவது இறுதியில் முதலீடு நீங்கலாக அது தன் செலவையெல்லாம் தானே சமாளிப்பதாக இருக்கவேண்டும். ஆனால், அதற்காகப் போடப்பட்ட மூலதனம் அப்படியே இருந்து வரும்.

2. இதில் கைத்திறன் கடைசிக் கட்டம் வரையில்கூடப் பயன்படுத்தப்படும். அதாவது ஒரு நாளில் ஏதாவதொரு தொழிலில், மாணவனுடைய கைகள் வேலை செய்தவண்ணம் இருக்கும்.

3. கல்வி முழுவதும் மாநில மொழியின் மூலமாகவே போதிக்கப்பட வேண்டும்.

4. இதில் தனித்தனி மதக்கல்விக்கு இடமிராது; ஆனால் அடிப்படையான பொது தருமம் பூரணமாக இடம் பெற்றிருக்கும்.

5. குழந்தைகள் அல்லது வயது வந்தவர்கள், ஆண் அல்லது பெண் எவருக்கும் இக்கல்வி போதிக்கப்பட்டாலும் அது மாணவர்களின் வீடுகளுடனும் தொடர்பு கொண்டதாக இருக்கும்.

6. இக்கல்வி பயிலும் கோடிக்கணக்கான மாணவர்கள் தங்களை இந்தியா முழுவதற்கும் சொந்தமாகக் கருதுவார்கள். ஆதலால், அவர்கள் எல்லா மாகாணங்களுக்கும் பொதுவான ஒரு மொழியைக் கற்க வேண்டும். அத்தகைய பொதுவான மொழி நாகரி அல்லது உருது லிபியில் எழுதப்படும் ஹிந்துஸ்தானியாகவே இருக்க முடியும். ஆகையால் மாணவர்கள் இரு எழுத்துக்களிலும் புலமை பெற வேண்டும்.

- 'ஹரிஜன்' 2-11-1947

www.ingramcontent.com/pod-product-compliance
Lightning Source LLC
LaVergne TN
LVHW090409051026
849518LV00006B/2294

* 9 7 8 8 1 8 9 9 0 9 1 7 8 *